தி லாஸ்ட் பெஞ்ச் ஸ்டூடெண்ட்

"A fun filled love journey of maran"

நவீன்

உண்மை சம்பவங்களை தழுவி எழுதப்பட்டது.

ஏலே பதிப்பகம்

இந்த கதையில் வரும் நிகழ்வுகள், கதாபாத்திரங்கள் யாரையும் குறிப்பிடுவன அல்ல. இக்கதை வாழ்கின்ற அல்லது இறந்தவர்களின் வாழ்க்கையோடு ஒன்றியிருந்தால் அது முழுவதும் தற்செயலானதே.

முதல் பதிப்பு

தி லாஸ்ட் பெஞ்ச் ஸ்டூடெண்ட்
ஆசிரியர் © **நவீன்**

முதற்பதிப்பு 2021
பக்கங்கள் 170

ISBN 978-93-5533-054-3

புத்தகம் வெளியிடு
ஏலே பதிப்பகம்
aelaypublish@gmail.com
phone – 9944992571

Aelay Publish
www.aelaypublish.com

"லாஸ்ட் பெஞ்சு மாணவர்களுக்கு சமர்ப்பணம்..."

முன்னுரை

மாறன், தி லாஸ்ட் பெஞ்சு ஸ்டூடெண்ட்...

நாம் அனைவரும் பள்ளியில் படித்தபோது, ஒவ்வொருவருக்கும் மறக்கமுடியாத நிகழ்வுகள் நடந்திருக்கும். அவ்வாறாக மாறன் வாழ்க்கையிலும் மறக்கமுடியாத நிகழ்வுகளுடன், முதல் காதலும் இருந்தது. ஏனோதானோ என்று சுற்றி திரிந்த மாறன் வாழ்வில் எல்லாமுமாய் அந்த காதல் இருந்தது. தன்னைவிட ஐந்து வயது மூத்த பெண்ணை காதலித்த மாறனின் வாழ்க்கையில் நடந்த சுவாரசியமான சம்பவங்களையும், அந்த காதலுக்காக அவன் செய்த வேடிக்கையான செயல்களையும் இக்கதையில் காணலாம். அந்த முதல் காதல் கொடுத்த இன்பத்தையும், ஏற்படுத்திய தாக்கத்தையும், அதனால் மாறன் வாழ்வில் நிகழ்ந்த மாற்றத்தையும் மாறனோடு சேர்ந்து அனுபவிக்கலாம்.

ஆசிரியர் உரை

இந்த கதையை வாசிக்கும்போது மாறனின் வாழ்க்கையை நீங்கள் வாழ்ந்ததுபோல உணரலாம். இந்த உலகத்தில் யாரும் முழுமையான நல்லவர் இல்லை. அதுபோல இக்கதையில் வரும் மாறனின் கதாபாத்திரமும் மிகைப்படுத்தப்படாமல் சாதாரண மனிதனை பிரதிபலிப்பதுபோல வடிவமைக்கப்பட்டுள்ளது. இப்புத்தகத்தில் மாறனின் உருவ வர்ணனை சொல்லப்படவில்லை. அது வாசிப்பாளர்களின் மன கற்பனைக்கு ஏற்ப விடப்படுகிறது. இக்கதை தொடர்ச்சியாக இல்லாத (Non linear narration) பாணியில் எழுதப்பட்டுள்ளது. நிச்சயம் இப்புத்தகம் உங்களை மகிழ்விக்கும்.

அணிந்துரை

'விரியும் அறிவுநிலை காட்டுவீர்' என்னும் பாரதியின் வரிக்கேற்ப தனது படைப்புத்திறனை வெளிப்படுத்தியுள்ள இளம்படைப்பாளர் தி லாஸ்ட் பென்ச் ஸ்டூடண்ட் என்னும் இப்புதினத்தின் ஆசிரியர் நவீன் அவர்களுக்கு வாழ்த்துகளையும் பாராட்டுகளையும் முதற்கண் தெரிவித்துக்கொள்கின்றேன்.

இப்புதினம் குறித்துக் கூறுவதென்றால் கதையின் தலைப்பு வாசகர்களது மனத்தை ஈர்க்க வேண்டும். அந்த வகையில் தி லாஸ்ட் பென்ச் ஸ்டூடண்ட் என்னும் தலைப்பு அமைந்துள்ளது. மேலும் இப்புதினத்தின் ஆசிரியர் கதைத் தொடக்கம், உச்சம், முடிவு, கதைப்பின்னல், கதாபாத்திரங்களை அறிமுகப்படுத்துதல், இடப்பின்னணியை எடுத்துக்காட்டல் எனப் புதினத்திற்குரிய இலக்கணங்களைப் பொருத்தமுறக் கையாண்டுள்ளார். நனவோடை உத்தியைப் பயன்படுத்திக் கதையை நகர்த்திச் சென்றுள்ளார். கதைக்களங்களாக ஆஸ்திரேலியா, மதுரை, சென்னை, மேலூர் அருகே உள்ள சிறிய கிராமம், நாகர்கோவில், ஒரிசா என அமைத்துக்கொண்டு வாசகர்களை அங்கெல்லாம் அழைத்துச்செல்கின்றார்.

வருணைகளும் உவமைகளும் பழமொழிகளும் புதினத்தை மேலும் மெருகூட்டுகின்றன. "நாளை சூரிய வெளிச்சத்தை எப்படிச் சமாளிப்பது என்று மனக்கணக்கு போட்டபடியே ஒரே இடத்தில் நின்று கொண்டிருந்தது அந்த நிலவு" என்னும் போது நிலவும் சிந்திக்கின்ற அழகைக் காணமுடிகின்றது.

இப்புதினத்தை முப்பத்தைந்து தலைப்புகளாகப் பிரித்துக் கதை ஓட்டத்தைக் கொண்டு சென்றிருப்பது சிறப்பிற்குரியது. 'யாதுமாகினாள் தமயந்தி', 'அன்பிற்கினியாள்', 'உறவே உயிரே' என்னும் போது அத்தலைப்புகளில் கவித்துவம் தொனிக்கின்றது.

இந்தப்பூமி மனிதருக்கு மட்டுமானதல்ல. உலகில் உள்ள அனைத்து உயிரினங்களுக்குமானது. அதிலும் குறிப்பாகக் கடல் வளம் பாதுகாக்கப்பட வேண்டும் என்னும் நோக்கில் 'ஓர் ஆமையின் கோரிக்கையாக' அமைத்திருப்பது போற்றுதலுக்குரியது.

பேச்சியம்மாளும் செல்லத்தாயும் பேசிக்கொள்ளும் கதைகள் ஏராளம். "தீட்டல்ல தோழி... செல்லத்தாயின் சடலத்தைப் பார்த்து எழுந்து உட்கார்ந்திரமாட்டாளா? ஏ... ஆயி என்று திரும்பப் பேசி விட மாட்டாளா? என்று பேச்சியம்மாள் ஏங்கித் தவித்தாள். செல்லத்தாயியைச் சுமந்து செல்லும் பாடை வீட்டு வாசலைத் தாண்டும் போது அந்த வீட்டில் இருந்தவர்கள் ஒரு குடம் நிறைய தண்ணீரை அவரவர் வீட்டு வாசலில் ஊற்றினர். ஆனால் பேச்சியம்மாள் வாசலில் தண்ணீர் ஊற்றவில்லை. ஏனென்றால் செல்லத்தாயி பேச்சியம்மாளுக்குத் தீட்டல்ல, தோழி" என்னும் போது அவ்வரிகள் நம் உள்ளங்களின் ஆழத்தைத் தொட்டுவிடுகின்றன.

வகுப்பறையில் இறுதி இருக்கையில் அமர்ந்திருக்கும் மாணவர் படிக்க மாட்டார். வாழ்க்கையில் முன்னேற்றம் காணமாட்டார் போன்ற சிந்னைப் போக்குகள் சமூகத்திடையே உள்ளன. ஆனால் அது உண்மையல்ல என்பதை இப்புதினத்தில் ஆசிரியர் தெளிவாக்கியுள்ளார்.

இப்புதினத்தின் தலைமைக் கதாபாத்திரமாகிய மாறனின் திறனை உணர்ந்தவராக விளையாட்டுத்துறை ஆசிரியர் காட்டப்பட்டுள்ளார். மாறன் இளைஞனாக இருந்த போது செய்யும் செயல்பாடுகள் எதிர்முகமாக இருந்தாலும் அம்மாணவனின் செயல்பாட்டில் ஆற்றல் ஒளிந்துள்ளது என்பதைக் கண்டறிந்தவராக P.T. வாத்தியார் படைக்கப்பட்டுள்ளார்.

மாறன் விஜி மீது கொள்ளும் காதலும் பின்பு பிரிதலும், மாறன் தமயந்தியைச் சந்தித்தலும் திருமணம் செய்து கொள்வதுமாக இக்கதை அமைகின்றது. விஜியையும் தமயந்தியையும் இக்கட்டான சூழலில் மருத்துவமனையில் இணைத்துக் காட்டியிருப்பது கதைப்பின்னலின் சிறப்பம்சமாக உள்ளது.

பெற்ற பிள்ளை நன்நிலைக்கு வரும்போது முதலில் மகிழ்பவர்கள் பெற்றோர்கள். "இந்த உலகில் மாறன் பிழைத்துக் கொள்வான்" என்று கருதும் அம்மாவும் "அந்த மீனாட்சி எப்பவும் என்பிள்ளை கூடயே இருப்பா என்றவாறு கண்களில் கண்ணீர் வர வழியனுப்பும் அப்பாவும்" நமது இருகண்கள் என்பதைக் கதையாசிரியர் சொல்லிச் செல்கின்றார்.

புதினத்தின் நிறைவில் "அன்பு, சோகம், வெறுப்பு, பிரிவு, இறப்பு, எல்லாமே வாழ்க்கையில் இயற்கைதான்" என மாறன் வாழ்க்கையின் உண்மையை உணர்ந்து கூறுவது கதைக்கு முத்தாய்ப்பாக உள்ளது. மாறனது வாழ்வில் முக்கியமானவர்களாகிய பேச்சியம்மாள், செல்லத்தாயி, P.T. வாத்தியார் மூவரும் வெள்ளை நிற இறக்கைகளுடன்(தூய்மையினை அடையாளப்படுத்துதல்) பறந்து கொண்டிருந்தார்கள். வானத்தில் பறந்து கொண்டிருந்தபடியே மனநிறைவுடன் அவர்களை (மாறனது குடும்பத்தை) ஆசிர்வதித்தார்கள்" என்னும் போது அன்பும் அக்கறையும் கொண்டவர்கள் மரணித்தாலும் நம்மை ஆசிர்வதித்து ஏதோ ஒருவகையில் நம்மை வழிநடத்துவார்கள் என்னும் புரிதலை இப்புதினத்தின் ஆசிரியர் ஏற்படுத்துகின்றார்.

இப்புதினம் இலக்கிய உலகில் சிறக்க வாழ்த்தி நிறைவு செய்கின்றேன்.

நன்றி!

முனைவர் ச.மணிமேகலை,
மதுரை.

1. மாறனின் தமயந்தி

அன்று வழக்கம் போல, எண்ணெய் கப்பலில் வேலையை முடித்து அவரவர்களுக்கு கப்பலில் ஒதுக்கப்பட்ட அறைகளுக்கு சென்றிருந்தார்கள். ஆஸ்திரேலியாவின் வடகிழக்கு கடற்கரை, பப்புவா நியூ கினியா மற்றும் சாலமன் தீவுகளுக்கு இடையில் பவளக் கடலில் கப்பல் மிதந்து கொண்டிருந்தது. குளிர்காற்று அடித்துக்கொண்டிருந்தால் பெரிய ஜெர்கினை அணிந்திருந்தான் மாறன். குளிருக்கு இதமாக கையில் ஒரு குப்பியில் 90 மில்லி சாராயத்துடன், ஆஸ்திரேலியாவின் தணுப்பை அனுபவித்தபடி தன்னை கதகதப்பாக்கிக் கொண்டிருந்தான் மாறன். கப்பலில் வேலை என்பதால் ஆறு மாதம் கடலிலும் ஆறு மாதம் வீட்டிலும் இருப்பது மாறனின் வாழ்க்கையாக இருந்தது.

கடல் மிகவும் அமைதியாக இருந்தது. கப்பல் மிதமாக கடலில் மிதக்க, மாறனுடன் அவன் கையில் இருந்த சாராயமும் கப்பல் அசைவுக்கு ஏற்றவாறு மெதுவாக ஆடியது. இந்த நிகழ்வை எல்லாம் நிலா கண்டுகொள்ளவில்லை, நாளை சூரிய வெளிச்சத்தை எப்படி சமாளிப்பது என்று மனக்கணக்கு போட்டபடியே ஒரே இடத்தில் நின்று கொண்டிருந்தது. அந்த நிலவும், அங்கு நிலவும் குளிரும் மாறனை தமயந்தியை பற்றி சிந்திக்க வைத்தது. ஜெர்கின் பையிலிருந்த கைபேசியை எடுத்து தமயந்தியைத் தொடர்பு கொண்டான். நடுக்கடல் என்பதால் சிக்னலில் எப்போதும் பிரச்சனை இருக்கும். சில நேரங்களில் கடலின் குறுக்கே ஒரு ரோடு போட்டு ஏன் 'செல்போன் டவர்' நடக்கூடாது என்று மாறன் யோசித்ததுண்டு. பல முயற்சிகளுக்கு பிறகு அழைப்பு கிடைத்தது. இந்தியாவில் அப்போது மணி மாலை 4.10 ஆகிக்கொண்டிருந்தது.

சென்னை தி-நகரில் ஒரு அடுக்குமாடி குடியிருப்பில் பதின்மூன்றாவது மாடியில் லிப்டுக்கு மேற்கே உள்ள ஒரு வீட்டில் கைபேசி அலறியது. அந்த வீடு பார்ப்பதற்கே ரம்மியமாக காட்சியளித்தது. வீட்டிற்குள் இருந்த அறைகள் சங்குகளாலும், சோவிகளாலும் ஆனா பல வித்தியாசமான பொருட்களால் அலங்கரிக்கப்பட்டிருந்தன. வீட்டின் மேற்கே இருந்த சுவற்றில் மாறன், தமயந்தியின் திருமண புகைப்படம் மாட்டப்பட்டிருந்தது. தமயந்தி தனியாக இருக்கும் புகைப்படங்களும் ஆங்காங்கே இருந்தது.

தமயந்தி அப்போது நிறை மாத கர்ப்பிணியாக இருந்தாள். 'யானை வரும் பின்னே, மணியோசை வரும் முன்னே' என்பார்களே அது போல, தமயந்தி வரும் முன் அவள் வயிறும், அதற்குள் இருக்கும் கருவும் அவளை முந்திக்கொண்டு முன்னே வந்தது. கைபேசியில் மாறன் அழைப்பிற்கென்று தனிபாடல் வைத்திருந்தாள். அதனால் மாறன் அழைத்தால், துல்லியமாக தமயந்திக்கு தெரிந்துவிடும். வீட்டின் உள்ளறையில் இருந்து வேகமாக வந்து கைபேசியை எடுத்து,

"சொல்லுடா" என்று சிறிய புன்னகையோடு பேசினாள்.

தமயந்தியின் குரல், உப்புக்காற்று அடித்துக்கொண்டிருந்த மாறன் காதுகளுக்கு இனிமையாக இருந்தது.

"என்னமா, என்ன பண்ற?" என்றான் மாறன்.

"நம்ம வீட்லதான் இருக்கேன். நீ என்ன பண்ற? சாப்டியா?" என்று பேசிக்கொண்டே வீட்டில் மணி பார்த்தாள், ஆஸ்திரேலியா கடிகாரத்தில் மணி இரவு 11.15 ஆகிக்கொண்டிருந்தது.

"இல்லடா சாப்பிடனும், இப்போதான் ஒர்க் முடிஞ்சுச்சு. ஆன்ட்டி எங்க இருக்காங்க?" என்றான் மாறன்.

தமயந்தி அம்மாவை மாறன் 'ஆன்ட்டி' என்று தான் அழைப்பான்.

"தெரிலடா இவளோ நேரம் இங்கதான் இருந்தாங்க.." என்றாள் தமயந்தி.

"ஏய் லூசு, அம்மாவ பக்கத்துல இருக்க சொல்லு, நிறமாசமா இருக்குல்ல" என்று மிகவும் அக்கறையாக பேசினான்.

"ஆமாடா, இரு பாக்குறேன்" என்று பேசியவாறு நடந்தாள். அப்போது அவளுடைய கால், கட்டிலில் பலமாக இடித்தது. மொசக்கித்தரை என்பதால் கால் வழுக்கியது. முதுகுபுறம் தரையில் பட்டவாறு மல்லாந்து விழுந்தாள். விழுந்ததில் வயிற்றில் வலி ஏற்பட்டது. மாறன் தமயந்தி கத்தும்

சத்தத்தைக் கேட்டு பதறினான். சிறிது நேரத்தில் மாறனுக்கு முகம் முழுவதும் வியர்த்தது.

"தமயந்தி....தமயந்தி..." என்று கைபேசியில் கத்தினான். திடீரென சிக்னலில் கோளாறு ஏற்பட்டு கைபேசியில் தமயந்தியின் அலறல் சத்தம் விட்டு விட்டு கேட்டு இணைப்புத் துண்டிப்பானது.

தமயந்தி தரையில் கால்களை உதறிக்கொண்டு அலறினாள். வீட்டில் தமயந்தி மட்டும் இருந்ததால், உதவிக்கு யாரும் வரவில்லை. தமயந்தியின் வீட்டைத் தாண்டிபோன பக்கத்து வீட்டு சிறுவனின் காதில் யாரோ வீட்டிற்குள் கத்துவது போல சத்தம் கேட்டது. கையில் வைத்திருந்த கால்பந்தை தன் வயிற்றோடு ஒட்டி வைத்து பிடித்துக்கொண்டு கதவில் காதுகளை வைத்துக் கேட்டான். தமயந்தி வீட்டிற்குள் அலறும் சத்தம் கேட்டது. வீட்டுக்கதவை மெதுவாக திறந்தான். தமயந்தி தரையில் படுத்தபடி வலியில் அலறிக் கொண்டிருந்தாள்.

ஆம்புலன்ஸ் சத்தம் கேட்டது. ஆம்புலன்ஸ் அபார்ட்மெண்ட்டுக்கு விரைந்து வந்தது. தமயந்தியை ஆம்புலன்ஸில் ஏற்றினார்கள். தமயந்தியின் அம்மா ஆம்புலன்ஸில் இடதுபுறம் அழுதவாறு உட்கார்ந்திருந்தாள். தமயந்திக்கு வலியில் மூச்சுத்திணறல் ஏற்பட்டது. ஆம்புலன்ஸில் இருந்த செவிலியர் தமயந்திக்கு பிராணவாயு குழாயை மாட்டினாள்.

பல முறை தமயந்திக்கு அழைப்பு விடுத்துவிட்டு அழுதுகொண்டே தமயந்தியின் அம்மாவிற்கு அழைப்பு விடுத்தான் மாறன். அழைப்பு கிடைத்தது. தமயந்தியின் அம்மா ஆம்புலன்ஸில் இருந்தவாறு அழைப்பை எடுத்தாள்.

"ஆன்ட்... ஆன்ட்டி தமயந்திக்கு என்ன ஆச்சு?" என்றான்.

"தெரியல மாப்ள.. நான் கீழே வாட்சுமேன்கிட்ட பேசிகிட்டு இருந்தேன், நம்ம பக்கத்து வீட்ல இருக்க ராகுல் பையன்தான் பாத்துட்டு வந்து சொன்னான். மேல போய் பாத்தா தமயந்தி கிழ கிடந்து துடிச்சுட்டு இருந்தா மாப்ள.. இப்போ ஆம்புலன்ஸ்ல ஆஸ்பத்திரிக்கு போய்கிட்டு இருக்கோம்" என்று அழுதவாறு பேசினாள் தமயந்தியின் அம்மா.

"என்ன ஆன்ட்டி இந்த நேரத்துல அவ பக்கத்துல இருக்கணும்னு உங்களுக்கு தெரியாதா, சரி எந்த ஹாஸ்பிடல் போறீங்க" என்றான் மாறன்.

"அப்போலோ, மாப்ள"

"சரி, அவ எப்படி இருக்கா?" என்று சிறிது நிதானமாக பேசினான் மாறன்.

"ஆக்சிஜன் மாட்டிருக்காங்க மாப்ள"

"சரி, நீங்க போங்க நான் டாக்டர்கிட்ட பேசுறேன்" என்று அழைப்பினைத் துண்டித்தான்.

அழைப்பைத் துண்டித்ததும் பதட்டம் மீண்டும் தொற்றிக்கொண்டது. அவன் கைபேசியில் இருந்த ஒரு எண்ணுக்கு அழைத்தான். இந்த முறை சிக்னல் அவனுக்கு ஒத்துழைத்தது. மேலாளர் நாற்காலியில் கணினி முன் அமர்ந்து தீவிரமாக எதையோ பார்த்துக் கொண்டிருந்த, விக்னேஷின் தொலைபேசி மணி அடித்தது. மாறன் அழைப்பை எடுத்த விக்னேஷ் சந்தோசமாக பேசத் துவங்கினான்.

"சொல்லு மாமா" என்று வாய் நிறைய பல்லுடன் பேசினான்.

"டேய் மச்சா, தமயந்திக்கு முடிலடா என்கிட்ட போன்'ல பேசிகிட்டு இருக்கப்போ வீட்டுக்குள்ள கீழ விழுந்துட்டா. அத்தை அப்போலோக்கு கூட்டிட்டு போய்ட்டு இருக்காங்கடா" என்று பதட்டமாக பேசினான்.

"டேய் .. டேய் பதறாத மச்சா, நான் பாத்துக்குறேன்" என்றான் விக்னேஷ்.

"வேமா போ மச்சா, பாத்துட்டு என்னானு கால் பண்ணுடா".

"சரிடா" என்றவாறு அழைப்பைத் துண்டித்துவிட்டு அவசரமாக தோள்பையை மாட்டிக்கொண்டு அலுவலகத்திலிருந்து கிளம்பினான் விக்னேஷ்.

பேசி முடித்த மாறன் கைபேசியை நெற்றியில் குத்திக்கொண்டே நின்றான். அவன் கண்களிலிருந்து

கண்ணீர் வந்து கொண்டே இருந்தது. நிலவை பார்த்தபடி வேண்டிக் கொண்டான். இரவின் இருளில் வெள்ளை நிற கொக்குகள் ஆகாயத்தில் பறந்து கொண்டிருந்தது. சிறிது நேரம் கண்ணை மூடியபடியே கப்பலில் தனிமையில் நின்று கொண்டிருந்தான். காற்று மிதமாக வீசி, மாறனின் முடியை பறக்க செய்து கொண்டிருந்தது. பறந்து கொண்டிருக்கும் அவன் தலைமுடிக்குள் தமயந்தி கை விரல்களைவிட்டு கோதிவிடுவதுபோல் இருந்தது. தமயந்தி மருத்துவமனையில் சுயநினைவை இழந்து மயங்கி போனாள். மாறன் தலைக்கு மேல் பறந்து கொண்டிருந்த வெள்ளை கொக்குகள் இந்தியா இருக்கும் திசையை நோக்கி பறக்கத் துவங்கியது. அன்று தமயந்திக்கு மருத்துவமனையில் நடத்த அற்புதம் மருத்துவர்கள் தவிர வேறு யாருக்கும் தெரிந்திருக்க வாய்ப்பில்லை.

2. அவளும் நானும்

தமயந்தியை மருத்துவமனையில் இருந்த தூக்கு படுக்கையில் படுக்க வைத்தவாறு இழுத்து சென்றார்கள். தலையின் பின் பகுதியில் ரத்தம் வழிந்து கொண்டிருந்தது. அந்த ரத்தம் தூக்கு படுக்கையில் இருந்த தலையணையை முழுவதுமாக நனைத்தது. கண்களைத் திறக்க முயற்சித்தாள் தமயந்தி. கண்களில் நிறைந்திருந்த கண்ணீரினால் அவள் முன்னே இருந்தவர்கள் மங்கலாக தெரிந்தார்கள். அம்மாவின் முகத்தை மட்டும் தமயந்தியால் அடையாளம் கண்டுகொள்ள முடிந்தது. தமயந்தியின் நிலைமையை பார்த்து பீறிக்கொண்டு வரும் அழுகையை அடக்க முந்தானையால் வாயை மூடியவாறு தள்ளுவண்டி கூடவே ஓடி வந்தாள் அம்மா. தீவிர சிகிச்சை பிரிவிற்குள் தூக்கு படுக்கை சீறி பாய்ந்தது. அம்மாவை வாசலில் நிறுத்திவிட்டாள் அங்கிருந்த செவிலிப்பெண்.

தீவிர சிகிச்சை பிரிவுக்கு உள்ளே நுழைந்ததும் கண்களை மேலே உயர்த்தி பார்த்தாள் தமயந்தி. அவளை சுற்றி மருத்துவர்கள் இருப்பது மங்கலான வெளிச்சத்தில் தெரிந்தது. நேரம் ஆக ஆக தமயந்திக்கு வலியை தாங்கிக்கொள்ள முடியவில்லை. சுயநினைவை இழந்து மயங்கினாள். அங்கு வெள்ளை நிற உடுப்பு அணிந்த செவிலிப்பெண் தமயந்தி கன்னத்தில் தட்டி "மேடம்.. மேடம்" என்றாள். தமயந்தி அவர்கள் அழைப்பிற்கு பதில் அளிக்கவில்லை. அவள் உடல் அசைவற்று கவலைக்கிடமாக இருந்தது. அவள் கண்களின் இருபுறம் இருந்தும் கண்ணீர் வடிந்து கொண்டிருந்தது.

கப்பலில் இருந்த மாறனுக்கும் கண்களில் கண்ணீர் வடிந்து கொண்டிருந்தது. இருள் அப்போது அவனை நிலைகுலைய செய்திருந்தது. திடீரென்று அமைதியை குலைக்கும் விதமாக கரத்த குரலில் ஒரு சத்தம் வந்தது,

" என்ஜினீயர் சார், வாங்க சாப்பிடலாம்" என்றான் பணியாள்.

கடலைப் பார்த்தவாறு நின்று கொண்டிருந்த மாறன் திரும்பிப் பார்த்து வேண்டாம் என்றவாறு தலையை அசைத்தான். அவன் வாயிலிருந்து வார்த்தைகள் வர மறுத்தது. துக்கத்தில் தொண்டை அடைத்துக்கொண்டு இருந்தது.

மருத்துவமனையில் தமயந்தியை சுற்றி மஞ்சள் நிற விளக்குகள் எரிந்து கொண்டிருந்தது. அவள் வலது புறத்தில் 'கீ ..கீ..' என்று கத்திக்கொண்டே, மேலும் கீழுமாக ஒரு கோடு இயந்திர திரைக்குள் ஓடிக்கொண்டிருந்தது. தமயந்தியின் உயிர் அந்த கோட்டில் துடித்துக்கொண்டிருந்தது.

தமயந்தி மனதிற்குள் மாறனை நினைத்துக்கொண்டாள், "அழுகாத மாறா, எனக்கு ஒன்னும் ஆகாது" என்று மனக்குரலில் பேசினாள்.

விஞ்ஞானத்தின் உதவிகள் இல்லாமல் தமயந்தியின் மனக்குரல் மாறனுக்கு கேட்டது .

"உனக்கு ஒன்னும் ஆகாது, ஆகவும் விடமாட்டேன்" என்று கலங்கிய கண்களோடு மாறனும் நினைத்துக்கொண்டான்.

சில வருடங்களுக்கு முன்பு இருவரும் இரவில் பயணித்ததை அவர்கள் மறந்திருக்க வாய்ப்பில்லை. மாறன் மீது தமயந்தி காதல் கொள்வதற்கு அதுவும் ஒரு காரணமாக அமைந்திருந்தது..

அந்த இரவு, இருவரும் இருசக்கர வாகனத்தில் சென்று கொண்டிருந்தனர். நெடுஞ்சாலை முடிவற்று போய்க்கொண்டே இருந்தது. இருவரும் ஒரே அலுவலகவாசிகள். சென்னை மாநகரம் வந்தோரை வாழ வைக்கும் என்பார்களே, அதே போல் அவர்களையும் வாழ வைக்கத் தவறவில்லை.

'யார் வாழ்க்கையில் யார் வருவார்கள் என்பதும் மரணத்தை போன்றதே, யாராலும் கணிக்க முடியாது கடவுளைத் தவிர்த்து'. திருச்சியில் இருந்த தமயந்தியும், மதுரையில் இருந்த மாறனும் சென்னையில் பார்த்துக்கொள்ள வேண்டும் என்று இருந்திருக்கிறது, பார்த்துக்கொண்டார்கள். முதலில் மாறனே, தமயந்தி மேல் தான் வைத்திருந்த காதலை வெளிப்படுத்தியிருந்தான். ஆரம்பத்தில் மாறனின் காதலை நிராகரித்திருந்தாலும் சில நிகழ்வுகளால் மாறன் மீது காதல் கொண்டாள் தமயந்தி. அதில் இதுவும் ஒன்று. அன்று இரவு தமயந்தியுடைய தோழியின் அப்பா அருப்புக்கோட்டையில் இறந்துவிட்டார். அவருடைய இறுதி சடங்கிற்காக மாறன் தமயந்தியை அழைத்து சென்று

கொண்டிருந்தான். மாறன் அன்று அலுவலகத்தில் விடுப்பு எடுத்துக்கொண்டு மதுரையில் இருந்தான். அந்த பயணம் எதார்த்தமாக அமைந்திருந்தது. அப்படி ஒரு பயணத்தை மாறன் தமயந்தி இருவரும் நினைத்துப் பார்க்கவில்லை.

அருப்புக்கோட்டை நெடுஞ்சாலை பகுதியில் இரவு 11.30 மணிக்கு மேல் தமயந்தியும் மாறனும் சென்று கொண்டிருந்தனர். தமயந்தி இருசக்கர வாகனத்தின் பின் இருக்கை கம்பியோடு இணக்கமாக உட்கார்ந்திருந்தாள். வாடைக்காற்று மிதமாக வீசிக்கொண்டிருந்தது. சிவப்பு நிற கட்டம் போட்ட மேலாடை அணிந்து , தலையில் தட்டம் (துப்பட்டாவை தலையை சுற்றி) போட்டுக்கொண்டு உட்கார்ந்திருந்தாள் தமயந்தி. வெள்ளை நிற சட்டை அணிந்திருந்தான் மாறன். தட்டத்தைத் தாண்டி அவள் முடி காற்றை ரசித்தபடி பறந்து கொண்டிருந்தது. லாரிகள் பல டன் எடையுள்ள மண்களை சுமந்தவாறு சென்று கொண்டிருந்தது. அரை பாடி கட்டப்பட்ட லாரிகளும், டேங்கர் லாரிகளும் சாலையை ஆக்கிரமித்துக் கொண்டிருந்தது.

"நினைச்சு கூட பாக்கல தமயந்தி, இப்டி ஒரு சிச்சுவேஷன் வரும்னு" என்று பேச்சை ஆரம்பித்தான் மாறன்.

"என்னோட க்ளோஸ் ப்ரண்ட் காயத்ரி, திருச்சில காலேஜ் படிக்கிறப்போ எப்பவும் நானும் அவளும் ஒன்னாதான் இருப்போம். திடீர்னு அவ அப்பா இறந்துடங்கனதும் எனக்கு என்ன பண்றதுனே தெரியலே, அதன் கிளம்பி வந்துட்டேன். நான் எவ்வளவோ வேணாம்னு தான் சொன்னேன், பர்வின்தான் உன்கூட போக சொன்னா. நீ ஏதும் தப்பா எடுத்துக்காத என்ன" என்றாள் தமயந்தி.

பர்வின் தமயந்திக்கும் மாறனுக்கும் பொதுவான தோழி. அவர்கள் மூவரும் ஒரே அலுவலகத்தில் வேலை பார்த்து வந்தார்கள்.

"பரவால்ல, எத்தனை பேருக்கு அமஞ்சுரும்" என்று ஏக்கத்தோடு பேசினான் மாறன்.

"புரியல" என்றாள் தமயந்தி.

"இல்ல.. ப்ரண்டுக்காக நிக்கிறேல, இதுக்கலாம் தனி தைரியம் வேணும். எத்தனை பொண்ணுங்க இப்டி புடிச்சவங்களுக்காக ரிஸ்க் எடுப்பாங்க சொல்லு" என்றான்.

மாறன் பேசுவது தமயந்திக்கு புரியவில்லை என்றாலும் சிரித்துக்கொண்டாள்.

"சரி, மேப்ல எங்க இருக்கோம்ன்னு பாரு" என்றான் மாறன்.

தமயந்தி மேப்பை பார்த்தபடியே பேசினாள்,

"நீயெல்லாம் பக்கத்து ஊர்னு சொல்லாத"

"பக்கத்து ஊர்னா.. நான் என்ன டெய்லியா இந்த பக்கம் வந்துட்டு போறேன்" என்று சிடுத்துக்கொண்டான் மாறன்.

"சரி விடு, நேரா பாத்து ஓட்டு" என்றாள்.

நெடுஞ்சாலையில் லாரிகள் அவர்களை கடந்து செல்லும் போது 'ர்ர்ர்ர்...ரி ... ங்...' என்று சத்தமிட்டு கொண்டே சென்றது. நிலவு வான்வழியாக அவர்களுக்கு துணையாக கூடவே வந்தது.

இரவில் நெடுஞ்சாலையில் வந்துகொண்டிருந்த லாரிகளின் 'ஹெட்லைட்' வெளிச்சம் மாறன் கண்களில் வலியை ஏற்படுத்தியது. இருசக்கர வாகனத்தை சாலையின் ஓரமாக இருந்த மரத்தின் அருகே நிறுத்தினான் மாறன்.

"என்ன ஆச்சு?" என்று கேட்டாள் தமயந்தி.

அவனுக்கு ஏற்பட்டிருந்த கண் வலியை தமயந்தியிடம் காட்டிக்கொள்ளவில்லை.

"இல்ல, உன்னோட ப்ரண்டுகிட்ட கேளு இன்னும் இவளோ தூரம் வரணும்ம்னு" என்றபடி வாகனத்தைவிட்டு கீழே இறங்கினான்.

அவன் இருசக்கர வாகனத்தின் முன்விளக்கு எரிய, தமயந்தியும் மாறனும் மட்டும் நெடுஞ்சாலையில் தனியாக நின்றார்கள். முன்விளக்கின் வெளிச்சத்தில் தலையில் போட்டிருந்த தட்டத்துடன் தமயந்தி அழகாய் தெரிந்தாள்.

கைபேசியை எடுத்து அவளின் மற்றொரு தோழிக்கு அழைப்பு விடுத்தாள். குக்கிராமம் என்பதால் இணைப்பு கிடைக்கவில்லை, அவள் பேசுவது தமயந்திக்கு விட்டுவிட்டு கேட்டது. சமாளித்துக் கொண்டு பேசினாள்.

"நாங்க நீ சொன்ன இடத்துக்கு வந்துட்டோம், இன்னும் எவளோ தூரம் வரணும்" என்று மெதுவாக பேசினாள்.

"இப்போ சரியா எங்க இருக்கீங்க" என்று கேட்டாள் தமயந்தியின் தோழி.

"சிமெண்ட் ஃபாக்டரி கிட்ட நிக்கிறோம்"

"சரிடி அடுத்த லெப்ட்'ல ஒரு சின்ன ரோடு திரும்பும் அதுல வாங்க" என்றாள் தமயந்தியின் தோழி. ஒப்பாரிவைத்து அழுகும் சத்தம் தமயந்திக்கு கைபேசி வாயிலாக கேட்டது.

"சரி காயத்ரி என்ன பண்றா? ஏதாச்சு சாப்பிட்டாளா?" என்றாள் தமயந்தி.

"இல்லடி எது குடுத்தாலு சாப்பிட மாட்டேங்குறா. அழுதுட்டே இருக்கா."

"ம்ம்.. சரி, நா வரேன்." என்றவாறு இணைப்பைத் துண்டித்தாள் தமயந்தி.

நெடுஞ்சாலையில் அப்போது குளிர் வாட்டியது. மாறன் கைகளை நன்றாக தேய்த்துக் கொண்டான்.

"பேசிடியா? போலாமா?" என்று தமயந்தியை பார்த்து கேட்டான் மாறன்.

அந்த இரவில் வெள்ளை சட்டையில், இருட்டிலும் தூய்மையாக தெரிந்தான் மாறன். இருவரும் மீண்டும் பயணத்தைத் தொடர்ந்தார்கள். மாறன் குளிரில் நடுங்கிக் கொண்டு வாகனத்தை இயக்கிக் கொண்டிருந்தான். தமயந்தி திடீரென மாறன் தோளில் கைகளை வைத்தி இறுக்கமாக பிடித்தாள். மாறன் இதமாக உணர்ந்தான்.

மாறன் தமயந்தியின் ஒரு கையை எடுத்து அவன் கைக்குள் வைத்து இறுக்கமாக பிடித்துக் கொண்டான். ஒரு கையில்

இருசக்கர வாகனத்தை இயக்கிக்கொண்டு மற்றொரு கையில் தமயந்தியின் கையை பிடித்துக்கொண்டு வந்தான். தமயந்தியின் கை மாறனின் கைக்குள் பாதுகாப்பாக இருந்தது. தமயந்தி தோழி கூறிய இடதுபுற வளைவில் வாகனத்தைத் திருப்பினான் மாறன். அந்த சாலையில் கடைசி வீட்டில் கொட்டகை போடப்பட்டு விளக்குகள் எரிந்து கொண்டிருந்தது.

காலைதான் எழவு வீட்டிற்கு ஆட்கள் வருவார்கள், அப்போது மணி அதிகாலை இரண்டை நெருங்கி கொண்டிருந்தது. தெருவின் அருகே படுத்திருந்த பசுக்களும், கன்றுகளும் கண்களை திறந்து திறந்து மூடிக்கொண்டே படுத்திருந்தது. வீதிகளின் ஆங்காங்கே தங்கள் எல்லையைப் பாதுகாத்துக்கொண்டு நாய்கள் சுற்றித் திரிந்தது. தமயந்தியை தெருவின் நடுவே இறக்கிவிட்டான் மாறன்.

அந்த பயணம் இருவருக்கும் புதிதாக இருந்தது. மாறன் தன்மீது வைத்திருக்கும் அன்பின் உணர்வுகளை தமயந்தி புரிந்து கொண்டாள்.

"ரொம்ப தேங்க்ஸ் மாறா" என்றாள் தமயந்தி.

எதுவும் பேசாமல் மெதுவாக சிரித்துக்கொண்டான் மாறன். தமயந்தி விடை பெறுகிறேன் என்றவாறு தலையை அசைத்துக்கொண்டு, தெருவின் கடைசியில் கொட்டகை போட்டிருந்த காயத்ரியின் வீட்டை நோக்கி நடக்கத் துவங்கினாள்.

"தமயந்தி" என்று மாறன் அழைத்தான்.

தமயந்தி திரும்பி பார்த்தாள்.

"பாத்து..." என்றான் மாறன்.

தமயந்தி எதுவும் பேசாமல் மாறனை ஒரு பார்வை பார்த்துவிட்டு, கீழே குனிந்தாள். மாறன் மெதுவாக நடந்து சென்று தமயந்தியை கட்டிப்பிடித்தான். தமயந்தி மாறன் கட்டிப்பிடித்ததற்கு எதுவும் சொல்லவில்லை. சில நிமிடம் அந்த இடம் அமைதியாக இருந்தது. மாறன் செயலை நிலவு பார்த்துக்கொண்டே இருந்தது. மாறன் தன் உடம்பை

தமயந்தியின் உடம்பில் இருந்து விடுவித்துக்கொண்டு கிளம்பினான். தமயந்தி அவனை அழைத்தாள்.
மாறன் வாகனத்தில் அமர்ந்தவாறு திரும்பி பார்த்தான்.

"வீட்டுக்கு போய்ட்டு கால் பண்ணு" என்றாள்.

மாறன் சரி என்றவாறு தலையை அசைத்துவிட்டு மெதுவாக சிரித்தான், தமயந்தியும் சிரித்துக்கொண்டாள். அந்த இரவு மாறனுக்கு கவிதையாக அமைந்தது.

சூரியன் மெதுவாக மேக கூட்டங்களுக்கு இடையே தலையைத் தூக்கிக்கொண்டு வெளியே வந்திருந்தது. மாறன் கப்பல் படியில் அமர்ந்தவாறே தமயந்தியுடன் நடந்த நிகழ்வுகளை நினைத்துக்கொண்டு தன்னை அறியாமல் உறங்கி போயிருந்தான். தமயந்தியின் அம்மாவிடம் இருந்து அழைப்பு வந்தது. மாறன் மனதிற்குள் மீண்டும் பதற்றம் தொற்றிக்கொண்டது. அவள் அலைபேசியில் கூறியதை கேட்டு அதிர்ந்து போய் நின்றான்.

3. ஓர் ஆமையின் கோரிக்கை

சூரியனின் மஞ்சள் நிற கதிர்கள் சமுத்திரம் எங்கும் கலந்திருந்தது. சூரிய ஒளியின் வெளிச்சத்தில் மீன்கள் திசையைப் பற்றி கவலை கொள்ளாமல் சுதந்திரமாக மிதந்து கொண்டிருந்தது. அதில் ஒரு சில மீன்கள் அவர்கள் வாழும் இடத்திற்கு மேலே மிதக்கும் கப்பலின் அடி பாகங்களை கவனித்துக்கொண்டே மிதந்தது. கப்பல் தண்ணீரை இரண்டாக பிரித்துக்கொண்டு நுரை பொங்க மிதந்து கொண்டிருந்தது.

"கடவுள் அனைவருக்குமான பூமியாகத்தான் படைத்தார். எப்போது வாழ்வதற்கான பூமியை வணிகத்திற்காக மாற்றினார்களோ அன்றிலிருந்து பிரச்சனைகள்தான். மனிதர்கள் தான் பூமியில் முக்கியமானவர்களாகப் பார்க்கப்படுகின்றார்கள். எத்தனை போராட்டங்கள்? எத்தனை வன்முறைகள்? ஒவ்வொரு கட்சிக்கும் ஒரு அமைப்பு, ஒவ்வொரு சாதிக்கும் ஒரு சங்கம், ஒவ்வொரு இனத்துக்கும் ஒரு பாதுகாவலர், மேலும் மக்கள் கண்காணிப்பு மையம், உணவகங்கள், உலக சுகாதார அமைப்பு. இந்த மனிதர்களுக்கு தான் ஏன் இவ்வளவு தேவைகள்? இருந்தும் ஏன் சண்டை போட்டுக் கொள்கின்றனர்? ராக்கெட்கள், அணுகுண்டுகள், மனித கழிவுகள், ரசாயன கழிவுகள், சாக்கடைகள், இன்னும் எத்தனையை தான் இந்த கடல் சந்திக்கும்? எத்தனை கடல் வாழ் உயிரினங்கள் காது கேளாமல், கண்கள் குருடாக பிறக்கிறது? கேப்பாறற்று போனது கடலினம். கடந்த வருடம் கூட வானில் இருந்து வெடித்து சிதறி விழுந்த ராக்கெட் பாகங்களில் இருந்து கசிந்த இரசாயனம் தாக்கி 'கொத்துக்கொத்தாக' மீன்கள் கூட்டம் அழிந்தது. இப்படி ஒரு நாடு விண்ணில் ஏவிய ராக்கெட் மற்றொரு நாட்டில் விழுந்து பெரும் சேதத்தை ஏற்படுத்தினால் சும்மா விடுவார்களா? உலகப்போர் மூளும். அதிலும் பாதிப்பு எங்களுக்குத் தான். கடலுக்கென்று ஒரு தனி அரசாங்கம் வேண்டும், ஒரு கடல் ராஜா வேண்டும். மனிதர்கள் மரங்களுக்கும், மீன்களுக்கும், இயற்கைக்கும் எதிரே செய்யும் வன்முறைகளை யாரிடம் எடுத்து முறையிடுவது? கடல் மாதாவே எங்களுக்கு துணை! அவளோ ஊமையாகி பல யுகங்கள் ஆனது" என்றெல்லாம் தலைவன் அல்லாத கடலை நினைத்து விடியற்காலையே ஒரு வயதான ஆமை கடலில் மிகுந்த சகிப்புத்தன்மையுடன் மிதந்து கொண்டிருந்தது.

வருத்தங்கள் நிறைந்த கடல் உலகத்தின் மேல் கப்பலில் சொகுசாக மிதந்து கொண்டிருந்த மாறனின் கைபேசிக்கு தமயந்தியின் அம்மாவுடைய அழைப்பு வந்தது. திடுக்கென்று விழித்தான் மாறன். விழித்ததும் மாறன் முகத்தில் பதற்றம் தொற்றிக்கொண்டது.

"ஆன்ட்டி" என்றான் பதட்டமான குரலில்.

"மாப்ள ஆண் குழந்தை பிறந்திருக்கு, தமயந்தியும் நல்லா இருக்கா" என்று மிகுந்த சந்தோசத்துடன் கூறினாள் அம்மா.

அத்தை சொன்னதை கேட்ட மாறனுக்கு ஆனந்த கண்ணீர் வந்தது. அந்த கண்ணீர் துளிகளுக்கு கடலைவிடவும் அடர்த்தியும், அமைதியும் அதிகமாகவே இருந்தது. சில நொடிகள் பேச்சற்று அதிர்ந்து போய் நின்றான். பின் உணர்ச்சிகளை கட்டுப்படுத்திக்கொண்டு பேசத் துவங்கினான்.

"தமயந்திட்ட குடுங்க ஆன்ட்டி" என்றான்.

"அவ தூங்குறா மாப்ள, எந்திரிச்சதும் பேச சொல்றேன். பையன் அப்டியே தமயந்தி மாதிரியே இருக்கான்" என்று அவன் அத்தை சொன்ன வார்த்தையை கேட்டதும் சிரித்துக் கொண்டான் மாறன். மனதிற்குள் ஆயிரம் பட்டாம் பூச்சிகள் பறந்து கொண்டிருந்தது.

"ரொம்ப பயந்துட்டேன் ஆன்ட்டி" பெருமூச்சு விட்டுக்கொண்டான்.

"நீங்க ஒன்னும் பயப்புடாதீங்க மாப்ள, இங்க எல்லாம் ஓகே தான். உங்க ஃப்ரண்டும் வந்துட்டாரு, நீங்க பயப்புடாம வேலைய பாருங்க" என்று ஆறுதல் கூறினாள் தமயந்தியின் அம்மா.

"குழந்தைய போட்டோ எடுத்து அனுப்புறிங்களா ஆன்ட்டி" என்று ஏக்கத்துடன் கேட்டான்.

"அது எனக்கு எப்படினு தெரியாதே மாப்ள, அவ எந்திரிச்சதும் அனுப்ப சொல்றேன்" என்றாள்.

"சரி ஆண்ட்டி, அவளை பாத்துக்கோங்க. நான் முடிஞ்சளவுக்கு சீக்கிரம் வந்துருவேன்" என்று மகிழ்ச்சியுடன் கூறினான் மாறன்.

"வாங்க மாப்ள" என்றவாறு அழைப்பைத் துண்டித்தாள் தமயந்தியின் அம்மா.

டால்ப்பின் ரக மீன்கள் கடலில் இருந்த தண்ணீரை குத்திக் கிழித்தபடி வெளியே தலையை விட்டுத் தவ்வி குதித்து விளையாடிக்கொண்டிருந்தன. வெள்ளை நிற கொக்குகள் வானத்தில் கூட்டமாக பறந்தன. சூரிய ஒளியில் தண்ணீர் ஆங்காங்கே மின்னியது. அவனை சுற்றி இருந்த எல்லையற்ற சமுத்திரம் நன்றாக தெரியத்துவங்கியது. தூரத்தில் கப்பல்கள் மிதந்து கொண்டிருந்தது. அன்று கப்பலின் சீனியர் என்ஜினீயர் ரவீந்தர் சர்மா கூறிய வார்த்தைகள் மாறனுக்கு வருத்தத்தை ஏற்படுத்தி இருந்தது.

4. ஈபிள் டவர் தாங்கிய இடி

அன்று காலையே நல்ல செய்தியைக் கேட்ட மாறனுக்கு, மேலும் ஒரு வேலை இருந்தது. ஊருக்குத் திரும்ப முதன்மை பொறியாளரிடம் அனுமதி பெற வேண்டும். முதன்மை பொறியாளராக அந்த கப்பலில் பணியாற்றியவர் ரவீந்தர் சர்மா. பீஹாரைப் பூர்விகமாக கொண்ட இவர் கிட்டதட்ட தமிழ் உட்பட பதினைந்திற்கும் மேற்பட்ட மொழிகளை சரளமாக பேசக்கூடியவர். மேலும் கப்பலின் கேப்டனிடம் இவர் மட்டுமே ரிப்போர்ட்டர் ஆக இருந்தார். கப்பல் குறித்த அனைத்து பணிகளுக்கும் இவரே முதன்மை அதிகாரி. கப்பலின் எண்ணெய் பாத்திரங்களின் அழுத்தநிலையை ஆய்வு செய்வது, எண்ணெய் மற்றும் எரிபொருள் அளவு கணக்கிடுவது, இயந்திர அறையின் தினசரி செயல்பாட்டை முதன்மை உதவியாளருக்கு வழங்குவது, பணியாட்களின் நிறைகுறை கண்டறிவது போன்ற அனைத்தையும் மேற்பார்வை செய்வது ரவீந்தர் சர்மாவின் பணியாக இருந்தது.

எதிரே வரும் கப்பலை பார்த்தே சொல்லிவிடுவார் அது எங்கு இருந்து வருகிறது, அதில் என்ன சரக்கு உள்ளது, எத்தனை நாட்டிக்கல் மைல்கள் கடந்து வருகிறதென்று. அந்தளவு கடல் தேசத்தில் ஊறிப்போனவர் ரவீந்தர். இப்பேற்பட்டவரின் கண்காணிப்பில் உள்ள குழுவில் தான் மாறன் வேலை செய்து கொண்டிருந்தான்.

ரவீந்தர் சர்மா ஐம்பத்து நான்கு வயது மதிக்கத்தக்க மனிதர். கட்டை மீசையும் ஆறடி உயரமும், பிதுங்கிய கண்களும், கட்டுமஸ்தான உடம்பும் பார்ப்போரை கவருமாறு இருக்கும். வாழ்க்கையின் பெரும்பகுதியை உப்புக்காற்றில் கழித்ததால் தோல் சுருங்கி கருப்பு நிறத்தில் காணப்பட்டார். முடி குறைவாகவே இருந்தாலும் 'அட்டாக் கட்டிங்' செய்திருப்பார். பெரும்பாலும் மண்பானை வடிவில் இருக்கும் மண்டைக்கே அட்டாக் கட்டிங் ஒத்துப்போகும். நடுவே மட்டும் கொஞ்சம் முடிவைத்துவிட்டு சுற்றி முழுமையாக கரைத்து விடுவதுதான் அட்டாக் கட்டிங். காவல் துறையினர்கள் அவ்வாறு முடி வெட்டிக் கொள்வது வழக்கமாக இருந்தது. மாங்காய் கொட்டையை போல் நீளமாக உள்ள மண்டைக்கு அட்டாக் கட்டிங் சரி பட்டுவராது. மாங்காய் கொட்டை வடிவில் தலை இருந்தும் அட்டாக் வெட்டி இருந்தார் ரவீந்தர் சர்மா. யார் எடுத்து சொல்ல

இருக்கிறார்கள்? கேப்டன் சொல்லவேண்டும், ஆனால் அவருக்கு அது தேவை இல்லாத பணி. சரி, மேனகா? அவள் இறந்து போய் பல வருடங்கள் ஆகிப்போனது. மனிதர்களின் வாழ்க்கையில் தான் எவ்வளவு சோகங்கள்.

மேனகா ரவீந்தர் சர்மாவின் மனைவி. ரவீந்தர் சர்மா தன் சிறு வயதிலே கப்பலில் பணிக்கு சேர்ந்துவிட்டார். அவரை கடும் உழைப்பாளி என்று அழைப்பார்கள் சக பணியாளர்கள். இரவு பகல் பாராது உழைப்பார். இத்தனை வருடத்தில் அவருக்கு பல விருதுகளும், கேடயங்களும் அரசாங்கத்தால் வழங்கப்பட்டிருக்கிறது.

ஒரு முறை பிரென்ச் நாட்டிற்கு கப்பலில் பயணம் மேற்கொண்டார் ரவீந்தர். அங்கு பணிகளை முடித்துவிட்டு ஓய்வு நேரத்தில் பிரெஞ்சு நாட்டை சுற்றி பார்த்தார். அப்போது அங்கிருந்த ஒரு அருங்காட்சியத்தில் ஈபிள் கோபுரம் தங்க முலாம் பூசப்பட்டு விற்பனைக்கு வைத்திருந்தார்கள். பிரென்ச் வந்ததின் நினைவாக தன் மனைவி மேனகாவிற்கு கொடுப்பதற்கு ஈபிள் கோபுரத்தை வாங்கிக்கொண்டார். அவருக்கு தேவையான பிரெஞ்சு நாட்டு விலையுயர்ந்த சாராயம், சிகரெட் போன்றவற்றை வாங்கிக்கொண்டு ஒரு வருடம் கழித்து இந்தியா திரும்பினார்.

மனைவி மேனகாவை காணப்போகும் ஆசையில் ஈபிள் கோபுரத்தை தூக்கிக்கொண்டு மான் குட்டியைபோல துள்ளி குதித்து ஓடினார். அப்போது தான் அவரை அந்த அதிர்ச்சி தாக்கியது. மேனகா இறந்துபோய் ஆறு மாதங்கள் ஆகி இருந்தது. கப்பலில் பயணிக்கும் போது அவரிடம் கைபேசி இல்லை. விஞ்ஞானமும் அந்த காலங்களில் அவ்வளவாக வளர்ந்திருக்கவில்லை. மேனகா இறந்த விஷயம் ரவீந்தர் மனதில் இடியாக இறங்கியது. அன்றிலிருந்து கடல்தான் ரவிந்தற்கு உலகம், கப்பல்கள் தான் வீடாக இருந்தது. இன்றளவும் மேனகாவின் நினைவாக அவர் அறையில் அந்த தங்க முலாம் பூசப்பட்ட ஈபிள் கோபுரத்தை வைத்துள்ளார்.

பல விஷயங்களை மாறன் மனதில் யோசித்துக்கொண்டு கப்பலின் கீழ் பகுதிக்கு வந்தான். அந்த பகுதியின் கடைசியில் வலது புறம் ரவீந்தர் சர்மா அறை இருந்தது. கதவில் 'chief / Ravinther sharma' என்று ஆங்கிலத்தில் எழுதி இருந்தது. மேலும் 'authorized entry only' என்று எழுதியிருந்த

காகிதம் கதவில் செல்லோ டேப் உதவியால் ஒட்டிக்கொண்டு நின்றது. மனதில் பயத்தோடு கதவை தட்டினான் மாறன்.

"எஸ் .. கம் இன்" என்று ரவீந்தர் சர்மாவின் கனத்த குரல் வந்தது.

உயர் அதிகாரிகளைக் கண்டால் மட்டும் மனதிற்குள் ஒரு வித பய உணர்வு ஏற்படுகிறது. அது இந்தியர்களுக்கு மட்டுமா, இல்லை உலகம் முழுவதும் அப்படியா என்று தெரியவில்லை? அந்த பய உணர்வுக்கு பொருளாதாரமும் , சமுதாய அந்தஸ்தும் ஒரு காரண காரியம். அந்த பயத்துக்கு மாறனும் பழகியிருந்தான். மனதை திடப்படுத்திக்கொண்டு அறைக்குள் நுழைந்தான். அறை பத்துக்கு பத்து சதுரடியில் இருந்தது. உள்ளே நுழைந்தவுடன் ஒருவித சூட வாசனை அவனை இழுத்தது. இடது புறம் ஆங்கரில் ரவீந்தரின் துணிகள் தொங்கிக்கொண்டிருந்தது. அதற்கு கீழே அறையை சுத்தம் செய்ய துடைப்பம் கிடந்தது. அறை சுத்தமாவும், சில்லென்ற காற்றினாலும் சூழ்ந்திருந்தது. அறையிலிருந்த ஜன்னலில் ஒரு கருப்பு நிற துணி கட்டப்பட்டிருந்து, துணியின் நான்கு முனைகளிலும் காந்தம் பொறுத்தப்பட்டிருந்தது. தேவைப்பட்டால் துணியை விலக்கிக்கொண்டு கடலை பார்த்துக் கொள்ளலாம். ஜன்னலுக்கு கீழே ரவீந்தர் உட்கார்ந்து வேலை செய்வதற்கு வசதியாக மேசை அமைக்கப்பட்டிருந்தது. மேசையின் கிழக்கே இருந்த சுவற்றில் டச்சு நாட்டை சேர்ந்த புகழ் பெற்ற ஓவியர் 'வின்செென்ட் வான் கோ' வரைந்த 'Seascape near Les Saintes-Maries-de-la-Mer' ஓவியம் இடம்பெற்றிருந்தது .அந்த அறைக்குள் யாரும் புகை பிடிக்கக்கூடாது என்பது விதிமுறையாக இருந்தது. இருந்தும் கூட வான் கோவுடைய மற்றொரு ஓவியமான 'Selbstbildnis mit verbundenem Ohr und Pfeife' புகை பிடித்தவாறு இருந்தது. அவர் அமர்ந்திருந்த மேசையில் புத்தகங்கள், மடிக்கணினிக்கு இடையே ஈபிள் கோபுரமும் இருந்தது. அனைத்தையும் கவனித்தவாறு ரவீந்தரின் முன்பு மிகவும் மரியாதைக்குரியவனாக நின்றான் மாறன். எதையோ எழுதிக் கொண்டிருந்தவர் நிறுத்திவிட்டு மாறனை பார்த்து பேசத் துவங்கினர்.

"சொல்லுங்க மாறன், ப்ரெஸ்ஸர் செக் பண்ணிங்களா? ஆயில் லெவல் இன்க்ரிஸ் ஆகிடாம பாத்துக்கோங்க. தென் அந்த கூலண்ட்ல வாட்டர் கண்டெண்ட் எவளோ இருக்குனு பசங்கள வச்சு செக் பண்ணிக்கோங்க. ஆ ... தென், அந்த

ஹவுஸ் கீப்பிங் பசங்கள கூப்டு லீக்கேஜ் ஆனா ஆயிலை கன்டைனர்ல இருந்து க்ளீன் பண்ண சொல்லுங்க, அப்றம் மழை பெஞ்சுதுன்னா நமக்குதான் தலைவலி. ம்ம்.. வேற என்ன மாறன்?" என்ற அவருடைய கேள்வியும், கட்டளைகளும் மாறனை துளைத்தது. மாறனும் சொல்லவந்ததை விட்டுவிட்டு வேலையைப் பற்றி சிந்திக்க ஆரம்பித்து பின் சுதாரித்துக் கொண்டு பேசத் துவங்கினான்.

"சார், எனக்கு ஆண் குழந்த பிறந்திருக்கு" என்று நேராக விஷயத்திற்கு வந்தான்.

நேராக விசயத்தை பேசுவது அவன் தமயந்தியிடம் இருந்து கற்றுக்கொண்ட பழக்கம்.

ஒரு நிமிடம் மாறனை கண்முழிகள் பிதுங்க ஏறிட்டு பார்த்தார் ரவீந்தர். மாறன் சொல்லிவிட்டு மெதுவாக அவர் கண்களை அப்பாவி போல் பார்த்தான். பிதுங்கிய கண்களில் ஒரு சந்தோசம் தோன்றி, கருத்த எச்சில் படாத வறண்ட உதட்டில் இருந்து சிரிப்பை உதிர்த்தார் ரவீந்தர் சர்மா.

"ஓஹ்.. கங்கிராஜுலேஷன்ஸ் மாறன்" என்று சிரித்துக்கொண்டார்.

மாறன் அவரை சந்திக்க வந்த நோக்கத்தைக் குறித்து பேச ஆரம்பித்தான்.

"சார்.. எனக்கு ஒரு ஒன் வீக் லீவ் வேணும் சார்"

ரவீந்தர் கண்கள் சுருங்க ஆரம்பித்தது, சிறிது கண்களை முடி யோசித்தார். யோசிக்கும் போது உதடுகளை குவித்து முகத்தை சுருக்கிக்கொண்டார். மாறனுக்கு அவர் முகத்தை பார்ப்பதற்கு பசுமாட்டின் 'அரை' யை போல் இருந்தது. முப்பது வினாடிகள் யோசித்துவிட்டு கண்களை திறந்து பேச ஆரம்பித்தார்.

"மாறன், இஃப் யு டோன்ட் மைண்ட், ஒரு டூ டேய்ஸ் மட்டும் இருந்துட்டு போக முடியுமா? பிக்காஸ் நாளைக்கு மன்த் எண்டு நான் கேப்டன் கூட இருக்கனும், அப்புறம் இங்க யூனிட்டை பாத்துக்க யாரும் இல்ல.." என்றார்.

"சார், இஷாந்த் இருக்காரு..." என்று ஆரம்பிக்கும் போதே குறுக்கிட்டு பேசினார்.

"ஐ மீன் உங்கள மாதிரி பொறுப்பா பாத்துக்க யாரும் இல்ல. உங்களுக்கு புரியும்னு நினைக்குறேன்" என்று சொல்லிக்கொண்டு, பூம் பூம் மாட்டை போல் மண்டையை மேலும் கீழுமாக ஆட்டிக்கொண்டார்.

மாறன் அமைதியாக நின்றான்.

"என்ன மாறன் ஓகே தானே" என்று மாறனுடைய விருப்பத்தை அவரே தீர்மானித்துக் கொண்டார்.

"ஓகே, சார் " என்று ஒருமனதாக தலையை ஆட்டிவிட்டு வெளியே வந்தான் மாறன்.

வெளியே சூரியன் உச்சியில் ஏறி இருந்தது, கடலில் ஆங்காங்கே மிதந்து கொண்டிருந்த கப்பல்கள் புகைகளை வானத்தை நோக்கி கக்கிக்கொண்டிருந்தன. அதை பார்த்தவாறு நின்று கொண்டிருந்த மாறனுக்கு கைபேசியில் தமயந்தியின் அழைப்பு வந்தது. அவள் அழைப்பை பார்த்ததும் மாறனுக்கு சிறகுகள் முளைத்தது. மனம் சமாதானம் ஆனது. அந்த மகிழ்ச்சி சிறிது நேரமே இருந்தது. அழைப்பில் தமயந்தி கூறிய நிகழ்வு மாறனை கலங்கடித்தது.

5. மாண்புமிகு தொழிலாளி

கொளுத்தும் வெயிலிலும் கப்பலில் வேலை வேகமாக நடந்து கொண்டிருந்தது. கப்பலில் அவர்களே தங்களுக்குத் தேவையான உணவுகளை சமைத்து சாப்பிட்டுக் கொண்டார்கள். வேலை பார்த்துக்கொண்டிருந்தவர்களுக்கு தேனீர் இடைவேளை வந்தது. தொழிலாளர்கள் அனைவரும் தேனீர் அருந்திக்கொண்டிருந்தார்கள். சிலர் அவர்களது குடும்பத்து ஆட்களுக்கு அழைப்பு விடுத்து பேசிக்கொண்டிருந்தார்கள். அப்போது தான் மாறனுக்கு தமயந்தியின் அழைப்பு வந்தது. தமயந்தியின் அழைப்பை உடனடியாக ஏற்று பேசினான் மாறன். தமயந்தி பேசுவதற்கு முன் மாறன் முந்திக்கொண்டு பேசினான்.

"ஹலோ தமயந்தி... எப்படி இருக்க? என்னடி ஆச்சு போன் பேசிட்டு இருந்தப்போ? "

தமயந்தி நிதானமாக பதிலளித்தாள்,

"ஒன்னு இல்லடா, உங்கிட்ட பேசிட்டே நடந்தேனா, அப்போ கால் கட்டில்ல தட்டிருச்சு. இன்னொரு கால்ல பேலன்ஸ் பண்ணிரலாம்னு பாத்தேன் தரைவேற ஈரமா இருந்துச்சு போல, வலிக்கிவிட்டு விழுந்துட்டேன். தலைல லேசா அடிபட்டுருச்சு, நவ் ஆல்ரைட் மா. நல்லா இருக்கேன்" என்று தொய்வான குரலில் பேசினாள் தமயந்தி.

"அப்புறம், என்னடி ஆச்சு" என்றான் மாறன்.

"அப்புறம் என்னடா, என்ன பண்றதுனு தெரியல. கீழே கிடந்து அழுதுட்டே இருந்தேன். எந்திரிக்க முடியல, இடுப்பு வழி வந்துருச்சு. ஹாஸ்பிடல் தூக்கிட்டு போய்ட்டாங்க. நான் ICU குள்ள போனதும் வலி தாங்கமுடியாம மயங்கிட்டேன். அப்புறம் லேசா மயக்கம் தெளிஞ்சு கண்ணை திறந்து பார்த்தேன். எதோ வெள்ளையான ஒளிக்குள்ள போறமாதிரி இருந்துச்சு.அங்க இருந்த நர்ஸ் என்னோட நெத்தில கை வச்சாங்க. நிறைய பேசிக்கிட்டே இருந்தாங்க, அவ்ளோதான்டா நியாபகம் இருக்கு அப்புறம் திரும்ப மயங்கிட்டேன். என்ன நடந்துச்சுனு தெரியல. காலைல பாத்தா ஜூனியர் மாறன் பக்கத்துல இருக்காப்ல. மூக்கு,

கண்ணுலாம் உன்னமாதிரியே இருக்குடா. உன்னமாதிரியே முழிக்குறாண்டா" என்று மெதுவாக சிரித்துக்கொண்டாள்.

தமயந்தி அனுபவித்த வேதனை மாறனை கலங்கடித்துக்கொண்டிருந்தது. அவள் கூறியது மாறன் கண் முன் படக்காட்சி போல் ஓடியது. மாறன் கண்கள் ஈரமானது, பெருமூச்சுவிட்டபடி பேசத் துவங்கினான்.

"நல்ல வேலைய போச்சு தமயந்தி." பேசிக்கொண்டே அவன் கண்களின் ஓரம் வழிந்த கண்ணீரை துடைத்துவிட்டு மீண்டும் பேச ஆரம்பித்தான்.

"அப்புறம் அம்மாவா பதவி உயர்ந்துட்டீங்க" என்று நெகிழ்ச்சியுடன் பேசினான்.

"அதான், உன்ன கல்யாணம் பண்ணிகிட்டப்போவே அந்த அந்தஸ்த்தை நீ குடுத்துட்டியேடா. இப்போ என்ன புதுசா அம்மா" என்று மருத்துவமனை கட்டிலில் படுத்துக்கொண்டே பேசினாள். அந்த வார்த்தையை அவள் சொன்னபோது கண்களில் இருந்து கண்ணீர் வடிந்து கன்னத்தில் ஒரு நீள கோடு கிழித்துக்கொண்டு சென்று கட்டிலில் இருந்த மெத்தையில் விழுந்து மறைந்தது.

ஜூனியர் மாறன் இதையெல்லாம் கேட்டபடி புது உலகத்தை கவனிப்பதில் ஆர்வம் காட்டிக்கொண்டிருந்தான். அவன் தலைக்குமேல் ஓடிய காத்தாடியை பார்த்துக்கொண்டிருந்தான். காத்தாடி மகாவிஷ்ணு கையில் வைத்திருக்கும் சக்கரம் போல் தெரிந்தது.

மாறன் தமயந்தி பேசிய வார்த்தைகளுக்கு பதிலளித்தான்.

"ஆஹ்ன்.. அப்போ எனக்கு.. இப்போ என்னோட புள்ளைக்கு" என்று கூறி மெதுவாக சிரித்துக்கொண்டான்..

"சரிடா, அத்த வந்துட்டு இருக்காங்களாம். நீ கால் பண்ணி பேசிக்கோ. நீ எப்போ வருவ ஊருக்கு?" என்று தமயந்தி பேசும் பொழுது அவள் குரலில் ஏக்கம் தெரிந்திருந்தது.

"நான் லீவ் கேட்டேன் மா, இன்னும் த்ரீ டேஸ்ல வந்துருவேன்னு நெனைக்கிறேன்" என்றான் மாறன்.

"சரிமா சாப்டியா?" என்று அக்கறையோடு கேட்டாள்.

சாப்பாடை பெரிதாக கண்டு கொள்ளாதவனாய் உதட்டை ஓரமாக கோணிக்கொண்டு "கிளர்ச்...." என்று சத்தம் கொடுத்துக்கொண்டு பேசினான்.

"சாப்பிடணும்!! ஏய் தமயத்தி, பையன போட்டோ எடுத்து வாட்சப்ல சென்ட் பண்ணுடி" என்றான்.

"தெரியும்... நீ இத கேப்பேன்னு, அதான் நான் வீடியோ கால்ல கூட வரல. பிறந்த குழந்தையளாம் போட்டோ எடுக்க கூடாதுனு சொல்றாங்க, நீ இங்க தான வர்ற வா.. வந்து பாத்துக்கலாம். நம்ம மூணு பெரும் சேந்து ஒண்ணா போட்டோ எடுத்துக்கலாம். இப்போ போய் ஒழுங்கா சாப்பிடு" என்று செல்லமாக கட்டளையிட்டாள் தமயந்தி.

"போடி பைத்தியம்" என்று செல்லமாக மாறன் திட்டியபடி இன்னும் பல கதைகளை பேசிக்கொண்டிருந்தார்கள்.

நேரம் போய் கொண்டிருந்தது, கப்பலில் வேலைகளை பார்த்தபடியே தமயந்தியிடமும், அவனுடய அம்மா லட்சுமியிடமும் பேசினான் மாறன். தேனீர் இடைவேளை முடிந்து தொழிலாளர்கள் வேலைக்குத் திரும்பினார்கள். "ஆயில் வேசலில் பிரஷர்" அளவு சரிபார்த்து கணக்கெழுதிக் கொண்டான் மாறன். மேற்படி அவனுடைய அன்றாட வேலைகளை சிறப்பாக செய்து முடித்தான்.

குழந்தை பிறந்ததைக் கூட பார்க்கமுடியாமல் இப்படி ஒரு வேலை தேவைதானா என்று மாறன் அந்நாளில் நினைத்திருக்கக் கூடும். இந்த இருபத்தி ஓராம் நூற்றாண்டிலே தாங்கள் பார்க்கும் வேலைகளுக்கு நேரம் காலம் கிடையாது, நல்லது கெட்டதுக்கு போய் வர முடியாது என்றால் பத்தொன்பதாம் நூற்றாண்டில் பணிசெய்த தொழிலாளர்களின் நிலை குறித்து நினைத்துப் பார்த்துக்கொண்டான் மாறன்.

ஒரு முறை ஜெர்மனி நாட்டிற்கு சென்றிருந்தபோது மாறனுடன் கப்பலில் பயணித்த சக மாலுமி, தொழிலாளர்கள் புரட்சி குறித்து மாறனுக்கு விளக்கிக்கொண்டு வந்தான். தொழிலாளர்களுக்கும் முதலாளிக்கும் இடையேயான உறவு, வேலை பளு, வேலை

நேரம், நியாமான ஊதியம் போன்றவற்றை விவாதித்துக் கொண்டு வந்தான். அன்று அவன் பேசியதை மாறன் பெரிதாக ஏற்கவில்லை என்றாலும் அவ்வபோது அவனுடைய வாழ்வில் நடக்கும் நிகழ்வுகளுடன் இணைத்துப் பார்த்துக்கொண்டான். "தேசியமும், தெய்விகமும் என் இரு கண்கள்" என்று முழங்கிய முத்துராமலிங்கத் தேவரை பின்பற்றியவன், அன்று முதல் கம்யூனிஸ்ட்காரனாக மாறி போனான். தத்துவங்கள் சூழலுக்கு ஏற்றவாறு மாறுபடும் போல!! அன்று இரவு அவன் முகநூலில் எழுதிய கவிதை, மாறனுக்கு எதிர்பார்க்காத ஆச்சரியத்தை அவன்முன் கொண்டு வந்து நிறுத்தியது. மாறனுக்கு ஆச்சரியத்தில் இதயம் வேகமாக துடித்துக்கொண்டிருந்தது. கால சக்கரம் அதன் வேலையைத் துவங்கி இருந்தது.

6. மறுபடியும்

இரவு குளிர்ந்திருந்தது. அமைதியான கடலில் கப்பல் மிதந்து கொண்டிருந்தது. நிலவு முழுமையாக வானில் இருந்தது. நிலவு வெளிச்சத்தில் கடல் அழகாக காட்சியளித்துக்கொண்டிருந்தது. வேலைகளை முடித்துவிட்டு ஆரஞ்சு நிற ஆடையை கழட்டி அறையில் இருந்த கொக்கியில் மாட்டிவிட்டு இரவு உடையை அணிந்து கொண்டான் மாறன்.

கப்பலில் மாறனுக்கென்றும் ஒரு தனி அறை ஒதுக்கப்பட்டிருந்தது. அறையில் அவன் வேலைப் பார்ப்பதற்கென்று ஒரு மேசை இருந்தது. அதில் மடிக்கணினி, சில புத்தகங்கள், நினைவுக்குறிப்புகள், பல நிறங்களில் உள்ள பேனாக்கள், அடி ஸ்கேல், பென்சில், அழிப்பான், இன்னும் தொழில் நுட்பம் சார்ந்த பல கருவிகள் இருந்தது. மேலும் சிறிய டேபிள் விளக்கும் இருந்தது. அறை முழுவதும் வெளிச்சம் இல்லாமல் எழுதும் இடத்திற்கு மட்டும் வெளிச்சம் தரும் வேலையை அந்த விளக்கு பார்த்துக்கொண்டது. வேலையை முடித்துவிட்டு சிறிது நேரம் முகநூல் பார்ப்பதை வழக்கமாக கொண்டிருந்தான் மாறன்.

கடலில் நடக்கும் விஷயங்கள், வாழ்வில் நடந்த முக்கியமான தருணங்கள் போன்றவற்றை முகநூலில் பதிவிடுவதை வழக்கமாக வைத்திருந்தான். அன்று இரவும் முகநூலில் உள்ள தகவல் அளிக்கும் பக்கத்தை பார்த்துக்கொண்டு இருந்தான். சில கேலிச்சித்திரங்கள் அவனை கவர்ந்து கொண்டிருந்தன. கேலிச்சித்திரங்களை தயாரிப்பவர்கள் மீது மாறனுக்கு அளப்பெரிய மரியாதை உண்டு. அசாதாரணமான வேலைகளை அவர்கள் இந்த சமுதாயத்திற்கு செய்து கொண்டிருக்கின்றனர் என்று மனதில் எண்ணிக்கொள்வான். கேலிச்சித்திரங்களை பார்த்துக்கொண்டிருக்கும் போதே அவனுக்கு குழந்தை பிறந்த விஷயத்தை முகநூலில் பதிவிட வேண்டும் என்று தோன்றியது. அவன் இருக்கும் சூழ்நிலையையும், அவன் மகனை பார்க்க ஏங்கும் ஏக்கத்தையும் கவிதைகளாகப் புனைந்து எழுதினான்.

"இன்று சமுத்திரம் முழுவதும் என் சத்தமே, கரையோரம் இருக்கும் நண்டுகளுக்கும் கேட்டிருக்கும்!!

சந்தோஷத்தின் உச்சம் இது தானா? இதை உலகத்தில் உள்ள அனைவருக்கும் சொல்லியாக வேண்டும்.
இந்த கடலில் உள்ள மீன்கள் ஒவ்வொன்றையும் அழைத்து சொல்ல வேண்டும்!
ஆமைகளின் ஓடுகள் மீது அவனை ஏற்றி உட்கார வைத்து கடல்வளம் வர வேண்டும்!
கொக்குகளைக் கூட்டமாக அழைத்து செய்தி சொல்லி விருந்து வைக்க வேண்டும்!
டால்பின்களுக்கு இன்னொரு தோழன் கிடைத்துவிட்டான் என்று சொல்லித் தவ்வ வேண்டும்!
ஒரு ஆணாய் நான் உணரும் தருணம், உலக மனிதர்கள் காதுகளில்
ஆழ்கடலில் உறங்கிக்கொண்டிருக்கும் வெண்சங்கை எடுத்து உரக்க ஊதி சொல்லிக்கொள்கிறேன்,
எனக்கு ஒரு மகன் பிறந்திருக்கிறான் என்பதை!"

"Blessed with male child"
#Welcometoworld #champ #appalove

என்று பினாத்திக்கொண்டு அதை கவிதை என்று நம்பி முகநூலில் பதிவிட்டுக் கொண்டான். ஒரு சிலர் அதை கவிதை என்று ஏற்று கொண்டிருந்தார்கள். பதிவு செய்த சில நொடிகளில் பல 'லைக்குகள், கமெண்டுகள்' வரத் தொடங்கியது. அனைத்தையும் கவனித்து மறு பதில் அளித்துக்கொண்டு வந்தான். பிரைவேட் மெசேஜ் பகுதியில் பலரும் அவர்களுடைய வாழ்த்துக்களை பறிமாறி கொண்டிருந்தார்கள். மாறன் அவன் மகனை பார்க்க வேண்டும் என்ற மகிழ்ச்சியில் இன்னும் இரண்டு பொழுதுகள் சீக்கிரம் கழிய வேண்டும் என்று யோசித்துக்கொண்டிருந்தான்.

அப்போது, 'Viji commented on your post' என்று ஒரு நோட்டிபிகேஷன் வந்தது. அந்த தருணத்தில் கால சக்கரம் அதன் வேலையை துவங்கி இருந்தது. விஜி என்ற பெயரை பார்த்ததும், மாறன் மனதுக்குள் ஆயிரம் மீன்கள் நீரின்றி ஒரு சிறிய பாத்திரத்திற்குள் மூச்சிற்காக துடித்துக் கொண்டிருப்பத்தைப் போன்ற உணர்வு ஏற்பட்டது. இதயத்தின் வேகம் மணிக்கு நூற்றி நாற்பது மையில் அடித்துக்கொண்டது. உடம்பு குளிர்ச்சியானது.

மாறனுக்கு 'ஏழு வயது' இருக்கும், வைகுண்ட ஏகாதசி அன்று 'சொர்க்கவாசல் திறப்பதை' காண அவன் அப்பா அம்மாவுடன் பேருந்தில் சென்றான். பேருந்தில் நிற்பதற்கு கூட இடமில்லாமல் கூட்டம் இருந்தது. அப்போது மாறன் சிறுவன் என்பதால் பேருந்தில் ஒரு சீட்டில் அமர்ந்திருந்த நாற்பது வயது மதிக்கத்தக்க பெண்மணியின் மடியில் ஏறி உட்கார்ந்து கொண்டான். அதுமட்டுமா? அவர்களோடு நன்றாக பேசி, இறுதியில் 'பாட்டுக்குப் பாட்டு' விளையாடிக் கொண்டு வந்தான்.

ஒரு வழியாக ஸ்ரீரங்கம் வந்தது. பேருந்து நின்றது. அணையைத் திறந்த தண்ணீரை போல பேருந்தில் இருந்தவர்கள் கூட்டமாக தள்ளிக்கொண்டு இறங்கினார்கள். இறங்குபவர்களை எதிர்த்து ஆட்கள் ஏறவும் செய்தார்கள். அன்று பேருந்தின் படியில் நடந்தது, ஒரு சிறியப் போர்!! பேருந்தின் அகத்தே இருந்த கூட்டம் தள்ளிக்கொண்டே அப்பா, அம்மாவை புறத்தே இறக்கிவிட்டது, "ஒரு வழியாக இறங்கிவிட்டோம்" என்று நிம்மதி பெருமூச்சுவிட்ட அம்மாவிற்கு பின்புதான் நினைவிற்கு வந்தான் மாறன்.

பேருந்து கிளம்ப ஆரம்பித்தது. அம்மா கத்தினாள், கூட்ட நெரிசலில் கண் இமைக்கும் நேரத்தில் கரும்புகையை கக்கிக்கொண்டு சென்றுவிட்டது பேருந்து. மாறனின் அப்பா பேருந்து பின்னால் ஓடத் துவங்கியிருந்தார். அப்போது யாரோ அம்மாவின் சேலையை அவள் கால் பகுதியில் பின்னே இருந்து இழுப்பது போல் இருந்தது. திரும்பி பார்த்தாள், அது மாறன்.

"அம்மா..." என்று அழைத்தவாறு அன்னாந்து பார்த்துக்கொண்டு பரிதாபமாக நின்றான்.

மாறனை பார்த்ததும் அம்மாவிற்கு அழுகை பொத்துக்கொண்டு வந்தது. மாறனை தூக்கி கட்டித்தழுவி முத்தம் கொடுத்துக்கொண்டாள். காகங்களிடமிருந்து தன் குஞ்சை காப்பதற்கு கோழி தன் சிறகிற்குள் குஞ்சுகளை மறைத்து வைத்துக்கொள்வதுபோல, தன் இடுப்பில் மாறனை உட்காரவைத்துக்கொண்டு முந்தானையை வைத்து மறைத்துக்கொண்டாள். அந்நாள் முழுவதும் அம்மாவின் இடுப்பைவிட்டு மாறன் கீழே இறங்கவேயில்லை. அப்போது மாறனைக் கண்ட தாய் போல

அன்று இரவு விஜியை முகநூலில் கண்ட மாறன் உணர்ந்தான்.

"அப்பா ஆகிட்ட வாழ்த்துக்கள் மாறா, வாழ்கை மென்மேலும் சிறக்கட்டும்" என்று கமெண்ட் செய்திருந்தாள் விஜி.

ஆச்சரியத்துடனும், ஒரு வித பிணைந்து போன உணர்வுடனும் 'நன்றி' என்று மறு பதில் செய்தான். அதே வேகத்தோடு அவளுடைய பிரைவேட் மெசேஜ் பகுதிக்கு சென்றான். ஒரு பச்சை நிற புள்ளி விஜி இன்னும் வாழ்ந்து கொண்டுதான் இருக்கிறாள் என்று காட்டியது. அதாவது 'ஓன்லைனில்' இருக்கிறாள் என்று அர்த்தம். கைகள் நடுங்க டைப் செய்தான் மாறன்.

"ஹாய், விஜி. எப்படி இருக்க...? இத்தனை நாள் எங்க இருந்த?" கேள்விகள் இன்னும் பல இருந்தாலும் ஆரம்பத்தில் இதைத்தான் கேட்டான். என்டர் பொத்தானை தட்டினான். அவளுடைய பதிலை எதிர் நோக்கி காத்துக்கொண்டிருக்க 'offline' போனாள் விஜி. பல நினைவுகளை மனதில் அலையவிட்டுக்கொண்டு உட்கார்ந்திருந்தான் மாறன். அவன் வாழ்க்கைப் பக்கங்களை திரும்பிப் பார்த்தான். பல வருடம் கழித்து விஜியின் வார்த்தைகள் மாறனுக்கு புது உற்சாகத்தை தந்தது. வாழ்க்கைதான் எவ்வளவு சிறிது என்று நினைத்துக்கொண்டான்.

அந்தந்த உணர்வுகள், உணர்ச்சிகள் அதற்கு ஏற்ற வயதில் வந்திருந்தால், பல பிரச்சனைகள் தவிர்க்கப்பட்டிருக்கும் என்று நினைத்தான் மாறன். ஒரு ஐந்தாம் வகுப்பு படிக்கும் சிறுமி பூப்படைந்தால் அந்த தெருக்கார்களும், உறவினர்களும் பார்க்கும் பார்வை வேறாக உள்ளது. 'மனரீதியாகவும், உடல்ரீதியாகவும்' ஆண்களுக்குப் பெண்களை விட உணர்வு கொஞ்சம் குறைவு என்று எதிலோ, யாரோ சொல்லி கேட்ட நியாபகம் மாறனுக்கு, ஆனால் சொன்னவர்கள் கிடைத்தால் நிச்சயம் கடித்துவைத்து விடுவான்.

ஒரு வேலை இந்த உணர்ச்சிகளுக்கெல்லாம் காரணம் "பல்லன்" தானோ? மாறனின் சிறு வயது நண்பன் விக்னேஷ். அவனுக்கு முன்னிருந்த இரண்டு பற்கள் எடுப்பாக வெளியே நீட்டிக்கொண்டிருந்ததால், அவனை 'பல்லன்' என்று அழைப்பதை வழக்கமாக வைத்திருந்தார்கள். பள்ளிக்கூடம்

படித்துக்கொண்டிருந்தபோது ஒரு நாள் வீட்டின் மொட்டைமாடியில் இருந்த தண்ணீர் தொட்டியின் பின் வைத்து பல்லன் காட்டிய ஆபாச படம் மனரீதியாகவும், உடல்ரீதியாகவும் மாறனுக்கு பெரும் மாற்றத்தை ஏற்படுத்தி இருந்தது.

7. பேச்சியம்மாளின் கதைகள்

மாறன் சிறு வயதில் அவன் பெற்றோரிடம் வளரவில்லை. அவன் பாட்டி 'பேச்சியம்மாளும்', பெரியம்மா மகள் 'ராணியாலும்' வளர்க்கப்பட்டவன். மாறன் குடும்பம் மதுரையைப் பூர்விகமாக கொண்டிருந்தது. வைகை நதிக்கரையை ஒட்டி வாழ்ந்து வந்தார்கள். அப்போதெல்லாம் அரசாங்க வேலை கிடைப்பது சுலபமாக இருந்தது, ஆனால் போவதற்கு தான் ஆள் இல்லை. அப்படித்தான் மாறனின் மாமா ஆவின் பால் பண்ணையில் கிடைத்த வேலையை உதறிவிட்டு ஜவுளிக்கடைக்கு போன கதை, பெரியம்மா அரசாங்க உத்தியோக ஆசிரியைப் பணியை உதறி விட்டு இராட்டு சுத்திய கதை என்று அவன் குடும்பத்தில் பல தொடர்கதைகள் இருந்தன.

அதனாலேயே மாறனின் அம்மா 'லட்சுமி' சுதாரித்துக்கொண்டு அரசு மருத்துவமனையில் கிடைத்த வேலையை பயன்படுத்திக்கொண்டாள். கர்ப்பமாக இருக்கும்போது வேலைக்கு சென்று கொண்டிருந்தாள் லட்சுமி. மாறன் பிறந்த பின்பும் வேலைக்கு சென்றாக வேண்டிய கட்டாயம். தாய் இருந்து பார்ப்பதைவிட பேச்சியம்மாள் கிழவி மாறனை நன்றாக கவனித்துக்கொண்டாள்.

மாறனின் தாத்தா மாயாண்டி முதலியார். அப்போதெல்லாம் மதுரை செல்லூர் பகுதியில் முதலியார்களும், ஐயர்களும் அதிகமாக வசித்து வந்தார்கள். அப்பகுதி முதலியார்கள் மதுரை மீனாட்சி அம்மன் கோவிலுக்கு சாமி தூக்கும் வேலையைப் பிரதானமாக செய்து வந்தார்கள். அதனால் அவர்களுக்கு 'சீர்பாதம்' என்ற பட்டத்தையும், மீனாட்சி அம்மன் கோவிலை சுற்றி உள்ள இடங்களின் பட்டாக்களையும் இலவசமாக வழங்கினாராம் பாண்டிய மன்னன். காலப்போக்கில் அந்த பகுதியில் அனைத்து இன மக்களும் குடி வந்தார்கள். அதில் தேவமார்கள் அதிகம். தேவமார்கள் வருகைக்குப் பின் அக்ராஹாரங்கள் குறைந்தது. ஐயர்களும், முதலியார்களும் வேறு இடங்களுக்கு பிரிந்து சென்றுவிட்டார்கள். அப்பகுதியில் தற்போது அக்ரஹாரங்களில் தேவர்கள் அதிகம் வசிக்கின்றனர்.

ஒரு நாள் சீனி தேவர் மனைவி செல்லத்தாயும், மாயாண்டி முதலியார் மனைவி பேச்சியம்மாளும் அவர்கள் தெருவில் இருக்கும் வேப்பமரத்தின் அடியில் உட்கார்ந்து வழக்கம்போல பேசிக் கொண்டிருந்தார்கள். பேச்சியம்மாள் கணவன் மாயாண்டி முதலியார் இறந்து மூன்று வருடங்கள் ஆகி இருந்தது. மாறன் பிறந்து ஆறு மாதங்கள் முடிந்து, அவனுக்கு தலை நின்றிருந்தது. பேச்சியம்மாள் இரண்டு கால்களையும் நீட்டி உட்கார்ந்துகொண்டு மாறனை அவள் காலின் நடுவே மல்லாக்கப் படுக்க வைத்திருந்தாள். மாறனின் ஆண்குறி வேப்பமரத்தின் மேல் அமர்ந்திருக்கும் காகங்களை நோக்கி சுடுவதுபோல நீட்டிக்கொண்டிருந்தது. காக்கா மாறனின் குஞ்சை கொத்திவிடுமோ என்ற அச்சத்தில் மாறனின் ஆண்குறியை கிழவி தன் கைகளால் மூடி பிடித்துக்கொண்டாள். அன்று வழக்கம்போல செல்லத்தாயிடம் பல ஊர் கதைகளை பேசிவிட்டு ஆப்பநாதர் கோவில் உருவான கதையை சொல்லத் தொடங்கி இருந்தாள் பேச்சியம்மாள்.

அந்த பகுதியில் இருந்த ஆப்பநாதர் கோவிலை, திருவாப்புடையார் கோவில் என்று அழைத்து வந்தார்கள். உலக புகழ்பெற்ற மீனாட்சி அம்மன் கோவில் மதுரையில் கட்டப்படுவதற்கு முன்பே அந்த ஆப்பநாதர் கோவில் கட்டப்பட்டிருந்தது என்று சொல்லப்பட்டுவந்தது. இந்த கோவில் கட்டுவதற்கான கிரியாயூக்கியாக பேச்சியம்மாள் கிழவி இரண்டு கதைகளை சொன்னாள்.

"ஏண்டி, பேச்சி இந்த ஆப்பநாதர் கோவில ஓங்க ஆளுகதான் கட்டுநாகலா?" என்று எதார்த்தமாக கேட்டாள் செல்லத்தாயி.

"சோத்துக்கே வழி இல்லயாம், சோழவந்தான் என்னோடதுனு சொன்னானாம் ராமசாமி, அந்த கதயாவுலடி இருக்குது நீ கேக்குறது" சோழவந்தான் மதுரையில் இருந்து முப்பது கிலோ மீட்டரில் இருக்கும் கிராமம். கிழவி இதை பேசிக்கொண்டிருக்கும்போது பக்கத்தில் சொட்டாங்கல் விளையாண்டு கொண்டிருந்த சிறுமி தேவிக்கு தெரிந்திருக்க வாய்ப்பில்லை, அந்த ஊரில்தான் அவள் புகுந்த வீடு நிச்சயிக்கபடப் போகிறதென்று.

"என்ன ஆயி, ரொம்பதான் சலிச்சுக்கிறவ, கேக்குதேன்ல சொல்லு தெருஞ்சுகிருவோம்" என்றாள் செல்லத்தாயி.

"அடி கூறு கெட்டவளே, அந்த கோவிலு பாண்டிய மன்னேங் காலத்துல கட்டியிருக்காயிங்க. அப்போ பாண்டிய நாட்டுல பஞ்சம் தலைவிரிச்சு ஆடிக்கிட்டு கெடந்துச்சாம். ஆனா சோழ நாட்ல நெல்லு, வைக்கபோருலாம் நல்லா செழிப்பா வெளைஞ்சுகிருந்துச்சாம். சோத்த பாத்த சோழ மக்க, அத கொடுத்த சாமிய மறந்துருச்சு. பாண்டியனுக கூழ குடிச்சாலும் சாமி கும்புடுறத மறக்கல. தெனசரி ஒரு நெல்லுமணிய வச்சு செவனுக்கு அபிஷேயம் செஞ்சுட்டு வந்துருக்குக. அப்புறம் ஒரு நா சோழாந்தக பாண்டிய மன்னே தூங்கையில கனா கண்ருக்காரு. கனாவுல சிவே காட்சியளிச்சு ஊரு எல்லையில இருக்க வைகை ஆத்து மண்ணுக்கு வா.. உன்னைய ரிஷப அச்சு (சிவனின் வாகனமான நந்தி கால் தடம்) வழி நடத்தும்னு சொல்லிருக்காரு. மக்யா நாளு காலையில ஒரு பக்கம் விடிய மன்னே, மந்திரி, சிப்பாயி, தோனான், துருத்தினு அம்புட்டும் கிளம்பி அந்த நந்தி கால் அச்ச தொடர்ந்து போயிருக்காக. அது 'கரக்கிட்டா' நம்ம ஆத்துக்கு கூட்டியாந்துருச்சு. சரினு அங்க தோண்டி பாத்தா சிவே சிலை கெடச்சுருக்கு. அப்புறம் அந்த சிலைக்கு கொன்றை பூ, கடம்பவன பூவெல்லாம் பறிச்சுட்டு வந்து பூஜை பண்ணி, வீட்டுக்கு எடுத்துட்டு போய் நெய்வேத்தியம் பண்ணி மனசார வேண்டிகிட்டாரு"

குறுக்கிட்ட செல்லத்தாயி "அந்த மன்னே பேரு என்ன ஆயி சொன்ன"

"அடி யாருடி இவ.. அதான் சோழாந்தக பாண்டியனு சொன்னேல்ல" என்று சிடுத்துக்கொண்டாள் பேச்சியம்மாள்.

"சரி ஆயி மேல சொல்லு" என்று ஆர்வத்துடன் கேட்டாள் செல்லத்தாயி . கதையை விட்டதில் இருந்து தொடர்ந்தாள் பேச்சியம்மாள்.

"சரி வேண்டிகிட்டாருல, அப்போ ஒரு அதிசயோ நடந்துருக்கு. வானம் இருட்டிக்கிட்டு வந்துச்சாம், மக்க எல்லாம் மழை வரப்போகுதுனு வானத்த பாத்துருக்குக. ஆனா வானத்துல இருந்து மழை வரலயாம். அதுக்கு பதிலா தங்கம், வைரோ, வைடூரியம், முத்துனு காசு மழை பெஞ்சுச்சாம்"

பேச்சியம்மாள் சொல்லிக்கொண்டிருப்பதை கேட்டு செல்லத்தாயின் கண்கள் விரிந்தது.

"இப்போ பாண்டிய மக்க நல்லா செழிப்பாயிருச்சு, சோழத்துல இருந்த சிவன் கோவிலு இடுஞ்சு மண்ணாயிருச்சு. அப்பதான் இங்க இந்த ஆப்பநாதர் கோவிலு உருவாயிருக்குனு சொல்றாங்க" என்று முடித்தாள் பேச்சியம்மாள் கிழவி.

கதையை சொல்லி முடித்ததும் செல்லத்தாயி "ஏ... ஆத்தே முதலச்சி நாலு எழுத்து படிக்கையிலனாளும் கெட்டிகாரியா இருக்காத்தே" என்று அவள் கதை சொல்லும் திறனை பாராட்டிக்கொண்டாள்.

"ஏலா, நல்லா சொன்ன போ. இரு இன்னு கத இருக்கு" என்று தொடர்ந்தாள் பேச்சியம்மாள் கிழவி.

"அந்த காலத்துல ஒரு அந்தணர் இருந்துருக்காரு, அவரு பரம ஏழயாம். கஞ்சிக்கி கூட வழியத்து போய் சுத்திக்கிருந்துருக்காரு. ஆனா சிவனை நினைக்காத நிமிஷமே இல்லயாம். அப்படி இருக்க ஒரு நா.. ஆத்த பக்கம்மா போயிருக்காரு. அங்க ஒரு லிங்கத்தை கண்டு எடுத்துருக்காரு, அதுக்கு பூசலாம் பண்ணி அது முன்னாடி நின்டு அவரோட நெலமைய சொல்லி அழுத்துருக்காரு. அப்போ சிவே ஆகாயத்துல இருந்து இறங்கியாந்து அந்தணர்கிட்ட பேசிருக்காரு. சிவனை பாத்ததும் அந்தணர்க்கு சந்தோசம் கொள்ளல. அப்போ அங்க இருந்த ஆத்து மண்ண அள்ளி சுடுதண்ணீல போட சொல்லிருக்காரு சிவே. அந்தணரும் மறுபேச்சு இல்லாம செங்கலை வச்சு அடுப்பு கட்டி ஒரு பாத்திரத்துல ஆத்து தண்ணிய ஊத்தி, மண்ண அள்ளிப்போட்டு கொதிக்க வச்சிருக்காரு. கொஞ்ச நேரத்துல மண்ணு கொதுச்சு சோறா மாறிடுச்சாம். இனிமே இப்டியே நீ சாப்டுக்கோ, இனிமேல் உன்னோட குடும்பத்துக்கு பசி இருக்காதுன்னு சிவன் சொல்லிருக்காரு. ஆனா கூடவே ஒரு நிபந்தனையையும் வச்சிருக்காரு. இங்க நடந்தத யார்கிட்டயும் சொல்ல கூடாதுன்றதுதான் அந்த நிபந்தனயாம். அந்தணரும் சரினுட்டு சிவன பாத்த சந்தோசத்துள்ள சோத்தோட வீட்டுக்கு போயிருக்காரு. அந்தணரு வீட்டுகாரம்மாக்கு சந்தேகம் வந்து கேட்டுருக்கு.."

பேச்சியம்மாள் பேசிக்கொண்டிருக்கும் போதே செல்லத்தாயி குறுக்கிட்டு.

"என்ன ஆயி கேட்டுச்சு" என்று ஆர்வமாக கேட்டாள்.

"சொல்லிக்கிட்டு தானடி இருக்கேன் கேளு" என்றாள் பேச்சியம்மாள். சுருக்கு பையில் முடிந்து வைத்திருந்த வெற்றிலையை நான்காக மடித்து வாய்க்குள் போட்டவளாக கதை கேட்கத் துவங்கினாள் செல்லத்தாயி. மாறனும் பேச்சியம்மாள் காலில் படுத்தவாறு, திருதிருவென்று விழித்துக்கொண்டு அவள் சொன்ன கதையை கேட்டுக்கொண்டிருந்தான்.

"அந்தம்மா சந்தேகப்பட்டு எங்க இருந்து உங்களுக்கு இவளோ சாப்பாடு கெடச்சுதுனு கேக்க, ஏன்னா .. போவேல வெறுங்கைய வீசிட்டு போனவுக இப்ப எப்டி இம்முட்டு சோரோட வந்தியனு? கேள்வி மேல கேள்வியா கேட்டுருக்கு, இந்த பாழாப்போன அந்தணரு பொண்டாட்டித் தொல்ல தாங்காம சொல்லிப்புட்டாரு என்ன நடந்ததுன்னு. அப்புறம் அவரு வீட்டுக்கு எடுத்தாந்த சோறு திரும்ப ஆத்து மண்ணாவே மாறி போச்சாம்"

"அடி ஆத்தி" என்று வாயில் கையை வைத்தபடி சொல்லிக்கொண்டாள் செல்லத்தாயி.

"அப்புறம் அந்தணருக்கு தப்பு செஞ்சுட்டோம்னு தெரிஞ்சு, அந்த லிங்கத்துக்கிட்ட போயி மன்னிப்புக் கேட்டு அழுது, அந்த சிலையிலேயே முட்டி செத்துப்போனாரு. பின்னாடியே ஓடியாந்த அந்தணரு பொண்டாட்டியும் என்ன பண்றதுனு தெரியாம, அந்தணரு நிலைமைய பாத்து அதுவும் அந்த சிலையில முட்டிகிட்டு செத்துப்போச்சு. அந்த சமயத்துல இங்க இருந்த மக்கைக்கு விஷயம் தெரிய வர "மண்ணையும் அன்னமாக்குனாரு" அதுனால ஆப்பநாதருணு பேரு வச்சு சாமி கும்பிட ஆரமிச்சதாகவும் ஒரு வரலாறு இருக்கு"
இன்னும் கூட ஆப்பநாதர் கோவில் உருவானதற்கு எண்ணற்ற கதைகள் உலாவினாலும் அன்று பேச்சியம்மாளுக்கு நினைவில் இருந்ததை சொல்லி முடித்தாள்.

செல்லத்தாயி கிழவிக்கு கொட்டகையில் படம் பார்ப்பதுபோல் இருந்தது.

கிழவிகள் பக்கத்தில் விளையாண்ட சிறுமிகள் மதியம் உணவிற்காக வீட்டிற்கு சென்றுவிட்டார்கள். சிம்மக்கல் பல

சந்தையில் காய்கறி மூட்டையை இறக்கிவிட்டு சீனி தேவர் சாப்பிட வரும் நேரம் ஆனது. பேச்சியம்மாள் கூறிய கதைகளைக் கேட்டுவிட்டு உடலை நெளித்துக்கொண்டாள் செல்லத்தாயி. அப்போதுதான் அங்கம்மாள் சாவதற்கு முன்னாள் நடந்த அதிசயம் செல்லதாயிக்கு தெரிய வந்தது. அதை கேட்டதும் ஒரு நிமிடம் செல்லத்தாயி திகைத்துவிட்டாள்.

8. தீட்டல்ல தோழி...

மதியவேளை என்பதால் அன்று சூரியன் உக்கிரமாக இருந்தது. காலையில் வேலைக்கு சென்றிருக்கும் வீட்டின் ஆம்பளை ஆட்கள் மதிய உணவிற்காக வீட்டிற்கு வருவார்கள். அன்று செல்லத்தாயி சீனி தேவருக்கு நெய்மீன் வறுவலும், தயிர் சாதமும் செய்து வைத்திருந்தாள்.

"என்னலா, தேவர் வர நேரம் ஆச்சா ஒரு பக்கமா நெளியிரவ?" என்று பேச்சியம்மாள் கேட்டாள்.

"வருவாக, இன்னும் சமயம் கெடக்கு, இன்னைக்கு எதோ கணக்கு வேற பாத்துட்டு வரணும்னு சொன்னாவ" என்றாள் செல்லத்தாயி.

தேவர் வருவதற்கு இன்னும் நேரம் இருப்பதை அறிந்த பேச்சியம்மாள் மீண்டும் பேசத் துவங்கினாள். அப்போதுதான் அங்கமாவை பற்றி பேச்சியம்மாள் சொல்லத் துவங்கினாள்.

"இன்னொரு சங்கதி தெரியுமா உனக்கு" என்று ஆரம்பித்தாள் பேச்சியம்மாள்.

"என்ன சங்கதி" என்று மூக்கு கொஞ்சம் ஏறியவாறு கண்கள் சுருங்கக் கேட்டாள் செல்லத்தாயி.

"நான் உம்முட்ட மட்டும் சொல்றேன், நீ வெளிய யார்கிட்டயும் சொல்லக்கூடாது" என்று கட்டளை போட்டாள் பேச்சியம்மாள்.

"அது என்னடி அம்மா, அப்டி சொல்ல போற?" என்று ஆச்சரியமாக கேட்டாள் செல்லத்தாயி.

"நம்ம வடக்குத்தெரு அம்பட்டையன் பொண்டாட்டி அங்கம்மா இருந்தால, இப்ப கூட போன வருசோ அழகரு திருவிழா அன்னைக்கு செத்துப்போச்சே"

"நல்ல பொம்பல ஆயி, தெய்வ பக்தி சாஸ்தி. சாவேல கூட ஆப்பநாதரை ஒரு தடவையாச்சு பாத்துரனும்டு தவந்தே போய் பாத்துட்டு வந்து செத்துப்போச்சு" என்று பெருமையாக கூறினாள்.

"அங்கதாண்டியம்மா விஷயமே இருக்கு" என்றாள் பேச்சியம்மாள்.

"என்னத்தா சொல்றவ" என்று அதிர்ச்சியாக கேட்டாள் செல்லத்தாயி.

"சொல்றேன் கேளு வெளிய சொல்லிப்புடாத. இந்த உலகத்துல 'எரநூத்தி எழுவத்தி நாளு' முக்கியமான சிவாலயம் இருக்குதாம். அதுல முக்கியமானது இந்த கோவில்தானாம். மொத்தம் 'அருவத்தி மூணு' நாயன்மார்கள் இருந்துருக்காக. அதுல முதல் நாலு பேருக்குள்ள ஒருதரா இருக்க நியானசம்பந்தர் இந்த கோவில்ல வந்து பாட்டுப்பாடி சிவே அருள பெற்றுருக்காராம்."

"ஏத்தா இதுக்கும், அங்கம்மா செத்துப்போனதுக்கும் என்ன சம்பந்தம்" என்று குறுக்கே கேள்வியைப் பாயவிட்டாள் செல்லத்தாயி.

"எவனோ, ஆட்டுத்தலைக்கு பறக்க மாதிரி ஏன் பறக்க? உங்க ஆளுவ மாதிரியே அடுச்சா மொட்ட, விட்டா மயிறுனு இருக்காதடி. சொல்லிக்கிட்டுதானே இருக்கேன் கேளு" என்றாள் பேசியம்மாள்.

"உனக்கும் ஒம்ம ஆளுவளுக்கும், எங்கள இழுக்களனா உறக்கம் வராதே" என்று சொல்லி சிரித்துக்கொண்டாள் செல்லத்தாயி.

"சரிடி சங்கதிய கேளு, அவர் ஏன் இங்க வந்து பாடுனாருன்னா, இந்த சிவன் சிலையை பாத்தாலே போதுமாம் நம்ம பத்து தலைமுறைக்கு செஞ்ச பாவமும் அழுஞ்சுருமாம். கரும வினையை தீக்குற ஒரே சிவன் இவர்தானாம். அதுனாலதான் நியானசம்பந்தரு இங்க வந்து இந்த சிவனை பாத்து பாடிருக்காரு. இந்த சங்கதிய எப்டியோ தெரிஞ்சுக்கிட்ட அங்கம்மா, கடைசி நேரத்துல தவந்தே போயி சிவன பாத்துட்டு வந்துட்டாமா" என்று சொல்லி முடித்தாள்.

"பாத்தியாடி பேச்சி.. அங்கம்மா சாவும்போதும் காரியக்காரியா தான் இருந்துருக்கா" என்று சொல்லி சிரித்துக்கொண்டாள் செல்லத்தாயி. அன்று வெற்றிலையை

மென்றிருந்தும் ஏனோ செல்லத்தாயிக்கு நாக்கு சிவந்திருக்கவில்லை.

பேச்சியம்மாள் சொன்ன இந்த கதை பிற்காலத்தில் ஆலமர பிள்ளையார் கோவில் சிலை முன் யாரோ ஒருவர் வெள்ளைத்தாளில் எழுதி வைத்திருந்தார்கள். கதையின் முடிவில் "இந்த கதையை ஆயிரம் பேருக்கு சொன்னால் நன்மை வந்துசேரும், இல்லை என்றால் ஒரு கெட்ட செய்தியை கேட்க நேரிடும்" என்று வாசகர்களுக்கு ஒரு செக் வைக்கப்பட்டிருந்தது.

அப்போது கிழவிகள் அரட்டை அடிக்க ஆரம்பித்து பத்து வருடங்களை கடந்திருந்தது. மாறன் பள்ளிக்கூடம் முடிந்து சாயந்தரம் வரும்போதும் கிழவிகள் திண்ணையில் உட்கார்ந்து பேசிக்கொண்டிருந்தார்கள். மாறன் வீட்டிற்குள் சென்று பையை கழட்டி தூக்கிப் போட்டுவிட்டு, கார்லிக்ஸ் டப்பாவில் மாறனுக்கென்று கிழவி தினமும் போட்டு வைக்கும் ஒரு ரூபாயை எடுத்துக்கொண்டு ஓடி விட்டான். கிழவி மாறன் ஓடுவதை பார்த்து கத்தினாள்.

"பள்ளியோடம் எப்படா விடும்னு இருப்பாம் போல. வந்ததும் பைக்கட்ட ஒரு மூலையில விசிறி எறிஞ்சுட்டு ஓடிப்போயிறான். இன்னைக்கு இவங்க ஆத்தாகாரி வரட்டும். சொன்னாதான் அடங்குவான்" என்று சக கிழவிகளிடம் சொன்னாள்.

"விடு ஆயி, வளர்ர பிள்ளை ஓடி ஆடி விளையாடதான் செய்யும். அதுவும் எம்புட்டு நேரம் தான் பள்ளியோடதுலயே கிடக்கும்" என்று சிட்டுக்குருவி கிழவி சொன்னாள்.

'ஆயி' என்ற வார்த்தையை கேட்டதும் பேச்சிக்கு செல்லத்தாயின் நியாபகம் வந்தது. செல்லத்தாயி கிழவி போன மாதம்தான் தீராத நீரிழிவு நோயுடன் போராடி இறந்து போனாள். அவள் பேரன்மார்கள் சாவை எடுத்து செய்தார்கள். தோவாளை மாலை, வாடிப்பட்டி கொட்டு, வடக்கம்பட்டி வெடி என ஊர் மக்கள் மெச்சுக்கொள்ளும் அளவுக்கு செல்லத்தாயை வழியனுப்பி வைத்தார்கள். எப்போதும் இறந்தவர்களின் உடலை தெருமுக்கில் வைத்து மூன்றுமுறை சுற்றிவிட்டு சுடுகாட்டுக்கு எடுத்து செல்வது வழக்கமாக இருந்தது. செல்லத்தாயை சுமந்து வந்த பாடையை தெருவழியே எடுத்து வந்தார்கள். ஒவ்வொரு

வீட்டு வாசலை பாடைத் தாண்டும்போதும் அந்த வீட்டில் இருந்தவர்கள் ஒரு குடம் நிறைய தண்ணீரை அவர்கள் வீட்டு வாசலில் ஊற்றினார்கள். பேச்சியம்மாள் வீட்டை பாடை கடந்து சென்றபோது, அவள் தண்ணீரை ஊற்றவில்லை. 'ஏனென்றால் செல்லத்தாயி பேச்சியம்மாளுக்குத் தீட்டல்ல, தோழி'.

செல்லத்தாயின் சடலத்தைப் பார்த்த பேச்சியம்மாளுக்கு கண்கள் கலங்கி இருந்தது. தெருமுனையில் இருந்த வேப்பமரத்தை பாடைத் தாண்டும்போது மூன்று சுற்று சுற்றினார்கள். அப்போது செல்லத்தாயி எழுந்து உட்காந்திரமாட்டாளா? 'ஏ... ஆயி' என்று திரும்ப பேசிவிட மாட்டாளா? என்று பேச்சியம்மாள் ஏங்கித் தவித்துப் போனாள். பாடை வெப்பமரத்தைத் தாண்டியது. வானத்தில் இடி சத்தமும், பூமியில் வெடி சத்தமும் முழங்க செல்லத்தாயின் இறுதி பயணம் தத்தனேரியை நோக்கித் தொடர்ந்திருந்தது. பேச்சியம்மாள், செல்லத்தாயி சென்ற திசையை நோக்கி கையெடுத்து கும்பிட்டுக்கொண்டாள். அப்போது செல்லத்தாயி பேச்சியம்மாளுக்கு தோழியாக இருந்து சாமியாகி போனாள். அந்த நாளில் பேச்சியம்மாள் தாங்கிய மிகப்பெரிய மனவேதனையை சொல்லி மாளாது!!

அதற்கு பிறகு ஒரு நாள் மாறன் செய்த காரியத்திற்கு அவன் தந்தை சரமாரியாக அவனைத் தாக்கினார். தந்தை அடித்ததில் மாறன் வழியில் துடித்து போனான். அவன் செய்த காரியத்தை அறிந்த பேச்சியம்மாள் கிழவி அதிர்ந்து போனாள்.

9. சாணி அபிஷேகம்

அப்போதெல்லாம் மாறன் மற்றும் அவனுடைய நண்பர்கள் அதிகமாக கோவிலிலும், தெருக்களிலும்தான் விளையாடினார்கள். திருவாப்புடையார் கோவிலில் உள்ள ஆடி வீதியில் இருக்கும் ஒவ்வொரு தூணுக்கு பின்னாலும் மாறன் ஒழிந்து பிடித்து விளையாடியிருக்கிறான். அந்த பகுதியில் மாறனையும் அவன் நண்பர்களையும் வைய்யாத வீடுகளே இல்லை.

பள்ளிக்கூடம் விடுமுறை என்றால் தெருவில் மட்டையும் பந்துமாக களமிறங்கி விடுவார்கள். சீனி தேவர் பேரன் கரண், மாறனின் நெருங்கிய நண்பன். முக்கால்வாசி நேரம் மாறன் கரண் வீட்டில்தான் இருப்பான். ஒருநாள் சன்னதி தெருவில் கிரிக்கெட் விளையாடிக் கொண்டிருந்தார்கள். அப்போது சுப்பு முதலியார் வீட்டுக் கதவில் கரண் அடித்த பந்து பயங்கர சத்தத்துடன் பட்டது. அப்போதுதான் புது வீடு கட்டியிருந்தார் சுப்பு முதலியார். பந்துபட்ட சத்தத்தைக் கேட்டதும் அவர் கண்கள் சிவக்க வெளியே வந்தார்.

அவர் வீட்டு வாசலில் விளையாடிக் கொண்டிருந்த அனைவரும் தலை தெறிக்க ஓடி விட்டார்கள். கரண் மட்டும் மாட்டிக்கொண்டான். கரணை அடித்து மட்டையை பிடுங்கி வைத்துக்கொண்டார். கரணை அடித்த விஷயம் அவன் அப்பா ஒச்சுக்கு தெரிந்திருந்தால் சுப்பு முதலியாரை மாறுகை மாறுகால் வாங்கி விடுவார். சுப்பு பெரிய ரவுடி என்று நினைத்துக்கொண்ட கரண், அவன் அப்பாவிடம் சொல்லவில்லை.

முதல் நாலு தெருவும் முதலியார் தெருக்கள் அதற்கு அடுத்து இருக்கும் தெருக்கள் வேறு பெயரில் இருக்கும். அப்போது பல முதலியார்கள் வேறு சில சாதிக்காரர்களுக்கு வீடுகளை விற்று வேறு இடங்களுக்கு சென்று விட்டார்கள். அதனால் அனைத்து இனத்தவரும் ஒன்றாகதான் இருந்தார்கள். ஒரு தீபாவளி அன்று கரணை அடித்ததற்காக சுப்பு முதலியாரை பழிவாங்க திட்டம் போட்டான் மாறன். திட்டத்தில் கரணும் இணைந்து கொண்டான்.

அப்போது வெங்காய வெடி விற்கக்கூடாது என்று அரசாங்கம் தடை விதித்திருந்தது. அப்படி இருந்தும் சோழவந்தான் அருகே இருக்கும் தேனூர் என்னும் கிராமத்தில்

அரசாங்கத்திற்குத் தெரியாமல் வெங்காய வெடி தயாரிக்கப்பட்டது. மாறன் தெருவில் வசித்த சில இளந்தாரிகள் 'பறவை காய்கறி மார்க்கெட்டில்' வேலை பார்த்து வந்தார்கள். அவர்கள் வேலை முடித்து வரும்போது வெங்காய வெடி வாங்கிக்கொண்டு வந்து தெருக்களில் வெடித்தார்கள். வெங்காய வெடியில் திரி இருக்காது, வண்ண வண்ண நிறங்களில் உருண்டையாக பார்ப்பதற்கு கோழி முட்டை வடிவில் இருக்கும். அதற்குள்ளே சிறிய கற்கள், வெடி மருந்துகள் உடன் இணைத்து இறுக்கமாக சுற்றப்பட்டிருக்கும். அதை எடுத்து சுவற்றில் இழுத்து எறிந்தாள் 'டொம்...' என்ற சத்தத்துடன் வெடிக்கும்.

நாட்டு வெடிகுண்டின் மாதிரியைப் போல இருப்பதால் அரசாங்கம் அதை தடை செய்து வைத்திருந்தது . மாறனும் கரணும் 'ஸ்டம்பர்' பந்து வாங்குவதற்காக சேமித்து வைத்திருந்த பணத்தை, முத்துசாமி நாடார் மகனிடம் கொடுத்து வெங்காய வெடி வாங்கி வர சொன்னார்கள். முத்துசாமி நாடார் பறவையில் காய்கறி கடை சொந்தமாக வைத்துள்ளார். ஆரம்பத்தில் கரண் அப்பாவிடம் வட்டிக்கு வாங்கி கடை ஆரம்பித்தார் முத்துசாமி நாடார். ஆனால் தற்போது கரண் அப்பாவிற்கே வட்டிக்கு பணம் கொடுக்கும் அளவிற்கு உயர்ந்துவிட்டார். அந்த பகுதியில் வட்டிக்கு பணம் கொடுத்து வாங்குவது தேவர்களுக்கு பிரதான தொழிலாக இருந்து வந்தது.

மாறன் சொன்னபடி வெங்காய வெடியை வாங்கிக்கொண்டு வந்தான் நாடார் மகன். வெடி கருப்பு நிற கவரில் இருந்தது. வெடியை பார்த்ததும் மாறனுக்கும், கரணுக்கும் சந்தோசம் பொங்கியது. மாறனுக்கு அந்த வெடிகளை எடுத்து தின்றுவிட வேண்டும் போல இருந்தது. மாறனை அவ்வளவாக வெங்காயவெடி கவர்ந்திருந்தது.

அப்போது திட்டத்தை சொல்ல ஆரம்பித்தான் மாறன். சன்னதி தெருவில் சுப்பு முதலியார் வீட்டில் இருந்து பத்து வீடு தள்ளி கிருஷ்ண கோனாருடைய மாட்டுத்தொழுவம் இருந்தது. அவர்கள் மாடுகளை ஆற்றிற்கு குளிப்பாட்டுவதற்கு அழைத்து செல்ல சன்னதி தெரு வழியாகதான் போவார்கள். அப்போது மாடு திடீரென்று சாணி போட்டு விடும். சுப்பு முதலியார் வாசலில் மாடு சாணி போட்டது என்றால், அன்னைக்கு மாட்டுக்காரனுக்கு சனி தான் "லபா.. லபா" என்று கத்திக் குவித்துவிடுவார்.

முதலியார் வீடு என்றால் மாட்டுக்கு என்ன தெரியும்? மாடு எந்த சாதிக்காரரர் வீடாக இருந்தாலும் சாணி போடத்தானே செய்யும். ஆனால் ஏதாவது நல்ல நாட்களில் வீட்டை சாணி தெளித்து சுத்தம் செய்யவேண்டும் என்றால், மாட்டுக்குண்டியை பார்த்தவாறு ஒரு பக்கம் விடிய சுப்பு முதலியாரை தொழுவத்தில் பார்க்க முடியும்.

அன்று தீபாவளி காலை...

தொழுவத்திலிருந்து சாணியை எடுத்துக்கொண்டு வந்து சுப்பு வீட்டு வாசல் முன் வைக்க வேண்டும் என்று மாறன் திட்டம் போட்டிருந்தபோதே, மாடு சுப்பு வீட்டு வாசலில் சாணி போட்டு சென்றது. மாறனுக்கு வேலை இன்னும் சுலபமானது. கரண் கையில் ஒரு வெங்காய வெடியை எடுத்து தயாராக நின்று கொள்ள சொல்லிவிட்டான். மாறன், சுப்பு முதலியார் வீட்டு வாசலில் இருந்த துளசி மரத்தின் பின் மறைந்து நின்று கொண்டான். மாடு போட்டுச்சென்ற சாணி சுப்பு முதலியார் வீட்டு கதவுகளுக்கு நேராக வாசலில் காய்ந்து கொண்டிருந்தது.

மரத்தின் பின் மறைந்து நின்ற மாறன் கையில் வடக்கம்பட்டி அணுகுண்டு வைத்திருந்தான். அது பார்ப்பதற்கு சிவப்பு நிற கயிறு சுற்றப்பட்டு கொடூரமான அரக்கனைபோல இருந்தது. அதையும் அரசாங்கம் தடை செய்து தான் வைத்திருந்தது. அப்போது அந்த அணுகுண்டை யார் மாறனுக்கு வாங்கி கொடுத்தார்கள் என்பது அவனுக்கே வெளிச்சம். மாறன் கண் அசைவுக்கு தயாராக இருந்தான் கரண். மாறன் கண்களை ஒரு தினுசாக அசைத்தான். கரண் கையில் தயராக வைத்திருந்த வெங்காய வெடி சுப்பு முதலியார் கதவை நோக்கி பாய்ந்தது.

கதவில் பட்ட வெங்காய வெடி பயங்கர சத்தத்துடன் வெடித்து சிதறியது. அந்த இடம் முழுவதும் புகை சூழ்ந்தது. வீட்டிற்குள் மடிப்பு கலையாத புது வெள்ளை சட்டை, வேஷ்டி என தீபாவளி உடுப்பு உடுத்தியிருந்த சுப்பு முதலியார் சத்தத்தைக் கேட்டு கோபம் கொண்டு சாப்பிட்ட கையோடு வெளியே வந்து கொண்டிருந்தார். மரத்தின் பின்னால் நின்ற மாறன் சாணியில் அணுகுண்டை வைத்து திரியை கொளுத்திவிட்டான். சுப்பு முதலியார் கதவை திறப்பதற்கும், அணுகுண்டு வெடிப்பதற்கும் சமயம் சரியாக இருந்தது. அந்த அணுகுண்டை ரோட்டில் வைத்தால் தார் ரோடே

பேந்துவிடும், சாணியில் வைத்தால் என்ன ஆவது? சுப்பு முதலியாருக்கு அன்று சாணி அபிஷேகம் செய்தான் மாறன்.

அந்த நிகழ்வை அவன் பெரிய மாமா, ஆவின் பண்ணையில் வேலை வேண்டாம் என்று உதறிவிட்டு ஜவுளி கடைக்கு வேலைக்கு போனாரே அவர் பார்த்துவிட்டு மாறனின் அப்பாவிடம் ஒப்பித்துவிட்டார். பிரச்சனை அடுத்த கட்டத்தைநோக்கி நகரத் தொடங்கி இருந்தது. மாறனின் அப்பா நடந்துகொண்டதை பார்த்து பேச்சியம்மாள் கிழவிக்கு மிகுந்த மன வேதனை ஏற்பட்டது.

10. இடமாற்றம்

மாறன் செயலுக்கு, அப்பா நாராயணன் அவனை சரமாரியாகத் தாக்கினார். மாறனுக்கும் அவன் அப்பா நாராயணனுக்கும் ஏழாம் பொருத்தமாக இருந்தது. எப்போதும் மாறனை படிக்க சொல்லிக்கொண்டே இருப்பார். மாறனோ விளையாடுவதிலும் நண்பர்களுடன் பொழுதைக் கழிப்பதிலும் குறியாக இருந்தான். மாறன் சிறுவயதில் இருக்கும் போதிலிருந்தே அவனுடைய அப்பாவும், அம்மாவும் வேலைக்கு செல்வதால் அவன் என்ன செய்கிறான் என்பது அவர்களுக்குத் தெரியாது. சில நேரங்களில் லட்சுமி வேலை முடிந்து வரும்போது பேச்சியம்மாள் கிழவி மாறன் செய்த சில சேட்டைகளை சொல்லுவதுண்டு.

அப்படித்தான் ஒரு முறை மாறனும் அதே தெருவில் இருந்த மூக்கையா தேவர் பேரன் சுரேசும் ஒருத்தருக்கொருத்தர் அடித்துக் கொண்டார்கள். சுரேஷ் மூக்கை மாறன் உடைத்து, அவன் தோள்பட்டையில் கடவா பல் இறங்கும் அளவிற்கு கடித்து வைத்து விட்டான். சுரேஷ் அம்மா அந்த பகுதி முழுவதும் வட்டிக்குவிட்டு வாங்கும் தொழில் செய்பவள். பணம் கொடுக்கும்போது இருக்கும் கரிசனை, வசூலிக்கும்போது அவளிடம் இருந்ததில்லை. வயதான ஆளாக இருந்தாலும் காசு குறித்த நேரத்தில் வரவில்லை என்றால் 'கிழித்துக் கேப்பையை நட்டு விடுவாள்'. அதனாலேயே சுருளியிடம் வட்டிக்கு வாங்குவதென்றால் செல்லூர் மக்களுக்கு பயம்'.

ஒரு நாள் ஞாயிற்றுக்கிழமை காலை மணி பதினொன்றுதான் ஆகி இருந்தது. அந்த நேரத்தில் மாறன் வீட்டில் இருந்ததாக சரித்திரம் இல்லை. அன்று அமைதியாக வீட்டில் படுத்து இருந்தான். கிழவிக்கு சந்தேகம் ஏற்பட்டது, மாறன் பக்கத்தில் வந்து உட்கார்ந்து அவன் முகத்தை பார்த்தாள். முகத்தில் ஆங்காங்கே நகங்கள் கிழித்த ரத்த தழும்புகள் காணப்பட்டது. முகம் சிவந்திருந்தது. "என்னடா மாறா, என்ன பண்ணிட்டு வந்த" என்று அதிர்ச்சியுடன் கிழவி கேட்டுக்கொண்டிருக்கும் போதே..

"அடியே சிறுக்கி முண்டைகளா, பிள்ளைய பெத்து வச்சுருக்காளுகலாம் சீமையிலே இல்லாத பிள்ளை மயிறு. நாசமா போன சிறுக்கி முண்ட, வெளியே வாடி நாயே" என்று

மாறன் வீட்டு வாசலில் சுருளி சத்தம் கொடுக்கத் தொடங்கி இருந்தாள்.

வழக்கமாக ஞாயிற்றுக்கிழமைகளில் தொலைக்காட்சியில் நாடகம் ஒளிபரப்ப மாட்டார்கள். அதனால் பெண்கள் வீட்டு வேலைகளை முடித்துவிட்டு உறங்கிவிடுவார்கள். அன்று சுருளி கொடுத்த சத்தத்தில் தெருவே விழித்துக்கொண்டது. அப்போது தெருக்களில் குடிசை வீடு குறைந்திருந்தது. கான்கிரீட் வீடுகள், அடுக்குமாடி குடியிருப்புகள் அதிகமாகி இருந்தன. பக்கத்து வீட்டில் இருப்பவர்கள், மாடி வீட்டில் இருப்பவர்கள் என அனைவரும் வேடிக்கை பார்க்கத் தொடங்கி இருந்தார்கள். வேடிக்கை பார்த்தவர்களை கவனித்த சுருளிக்கு இன்னும் ஊக்கமாக இருந்தது. கெட்ட வார்த்தைகளில் வைய்ய ஆரம்பித்து விட்டாள்.

கிழவி தன் மூக்குக்கண்ணாடியை எடுத்து போட்டுக்கொண்டு, வெளியே போக எழுந்தாள். மாறன் கிழவி கையை பிடித்துக்கொண்டு விடவில்லை.

"வெளியே போகாத தா..." என்று கண்ணீர் நிரம்பிய கண்களோடு சொன்னான்.

"பிள்ளை பெக்க சொன்னா தெரு நாயா பெத்துப்போற்றுக்கா, நாய் மாதிரி கடிச்சு வச்சுருக்கு பாரு. இந்த மாதிரி நாயெல்லாம் புடிச்சு காய் அடிச்சு விடணும், பொட்ட நாயே. டேய் பொண்டுக நாயே வாடா வீட்டை விட்டு வெளியே" என்று மாறனைநோக்கி வார்தைகளை விட்டாள் சுருளி.

கிழவிக்கு கெட்ட கோபம் வந்தது, மாறன் கைகளை உதறிவிட்டு வெளியே போனாள். அன்று கிழவி மட்டும்தான் வீட்டில் இருந்தாள், துணைக்கு கூட ஆள் இல்லை. ராணி கோவிலுக்கு சென்று இருந்தாள். மாறனின் அம்மா வேலைக்கு போய் விட்டாள், சில ஞாயிற்று கிழமைகளிலும் வேலை இருக்கும். கிழவி வெளியேபோக இன்னும் சத்தம் கூட ஆரம்பித்தது. கிழவி ஒன்று பேச, சுருளி ஒன்று பேச என்று சண்டை நாறியது. ஒரு கட்டத்திற்குமேல் கிழவியை கை ஓங்க வந்தாள் சுருளி. கிழவி "எங்க அடி டி பாக்கலாம்" என்று நெஞ்சை நிமிர்த்திக்கொண்டு நின்றாள். மாறன் அழுதுகொண்டே ஜன்னல் வழியாக நடப்பதை பார்த்துக்கொண்டிருந்தான்.

சுருளி விறகு எரிப்பதற்காக திண்ணையில் காய வைத்திருந்த கட்டையை கையில் எடுத்து கிழவியைநோக்கி நடந்தாள். கிழவியை அடிப்பதற்காக கட்டையை ஓங்கினாள். கட்டை சுருளி தலைக்குப் பின்னால்வரை சென்று, கிழவி தலையை நோக்கி பாய தயாரானது. கிழவியை அடிக்க போகும்போது திடீரென்று ஒரு கை அந்த கட்டையை பிடித்தது.

அந்த தெருவில் இருந்த செல்லத்தாயின் கணவர் சீனி தேவரின் கை. சீனி தேவர் குடும்பமும் இன்னும் ஒரு சில குடும்பங்களும் அந்த பகுதியில் பல வருடங்களாக குடியிருந்து வருகிறார்கள். அதனால் அவர்களுக்கு மாயாண்டி முதலியார் வீடு நன்கு பரிச்சயம்.

சுருளி கண்கள் சிவந்திருந்தது.

"சிய்யா, நீ விடு. அவள இன்னைக்கு ரெண்டுல ஒன்னு பாத்துறேன்" என்று வார்த்தைகளை கொப்பளித்தாள் சுருளி. சீனி தேவருக்கு கோபம் தலைக்கு ஏறி சுருளியை ஒரு அரை விட்டார். 'சத்...' என்று சத்தம் சுருளி கன்னத்தில் இருந்து வந்தது . அவள் காது சவ்வு அநேகமாக கிழிந்திருக்க வேண்டும். அதோடு அழுதுகொண்டு தெருவைவிட்டு ஓடிப்போனாள் சுருளி. சீனி தேவரும் அங்கிருந்து கடந்து சென்றார். நல்லவேளையாக அன்று செல்லத்தாயி இல்லை, சீனி தேவர் என்பதால் சுருளி அடியோடு தப்பினாள். செல்லத்தாயி இருந்திருந்தால், சுருளி நிலைமை நினைத்துகூட பார்க்க முடியாத அளவிற்கு பரிதாபமாகியிருக்கும்.

இத்தனைக்கும் காரணம் மாறன் என்றாலும் அவன் அவனுக்காக சுரேசை அடிக்கவில்லை. மாறனின் மற்றொரு நண்பன் ஜெயாவிடம் சுரேஷ் தகராறு பண்ணியதால் அடித்தான். இவளோ பெரிய சண்டை நடந்த போதும் ஜெயாவை காட்டிக்கொடுக்காமல் இருந்தான் மாறன். அந்த சண்டைக்குப்பின் ஜெயாவை மாறன் பார்க்கவே இல்லை.

மாறன் வீட்டில் வேலைக்குபோய் இருந்தவர்கள், கோவிலுக்குபோய் இருந்தவர்கள் என அனைவரும் வந்தார்கள். அக்கம் பக்கத்தினர் விஷயத்தை மாறன் அப்பாவிடமும் அம்மாவிடமும் சொல்ல, மாறனின் அப்பா

உச்சநிலை கோபமடைந்தார். எப்போதும் மாறனை அவன் அப்பா அடிக்கும்போது ஓடி போய் கிழவி பின்னால் ஒளிந்து கொள்வான். கிளவியும் அவன்மீது அடி விழாமல் பார்த்துக்கொள்வாள். அன்று நிலைமை மாறி இருந்தது.

கிழவி, ராணி, லட்சுமி அனைவரையும் மாறன் அப்பா வெளியே அனுப்பிவிட்டு கதவை அடைத்துக்கொண்டார். மாறனைத் தனியாக வீட்டுக்குள் வைத்து அடி வெளுத்து எடுத்தார். "செய்வியா செய்வியா சண்டை பிடிப்பியா.. சண்டை பிடிப்பியா..' என்று கேட்டவாறு செருப்பை வைத்தே அடித்தார். மாறன் "இல்லப்பா .. இனிமேல் செய்ய மாட்டேன் பா.. மாட்டேன் பா" என்று வலியின் உச்சத்தில் கத்தி துடித்துக்கொண்டிருந்தான். வீட்டிற்கு வெளியே நின்ற கிழவி மாறன் அழும் சத்தத்தைக் கேட்டு அவளும் அழுதாள். லட்சுமிக்கு இது பழகி இருந்தது.

அந்த நாள் மாறன் வாழ்க்கையில் மறக்க முடியாத நாளாக இருந்தது. மாறன் அழுது அழுது ஓய்ந்துபோனான். அனைவரும் வீட்டிற்குள் வந்தார்கள். மாறன் கட்டிலில் ஒரு மூலையில் படுத்துக்கிடந்தான். கிழவி மாறனை போய் தொட்டாள். "போ கிழவி" என்று கத்தியவாறு கையை தட்டி விட்டான். மாறனின் அப்பா நாற்காலியில் மாத்திரை பேப்பர் முனையை வைத்து பல்லைக் குத்தியவாறு உட்கார்ந்திருந்தார். ராணி மாறனை பார்த்து அனுதாபப்பட்டுக் கொண்டாள். ராணி பேச்சியம்மாள் மகனை கட்டியவள், ஒரு குழந்தை அவளுக்கு பிறந்து சிறு வயதிலே இறந்துவிட்டது. அவசரப்பட்டு குடும்ப கட்டுப்பாடு பண்ணிக்கொண்டதால், இன்னொரு பிள்ளைக்கு வழியில்லாமல் போனது. மாறனை மகனாக நினைத்துக்கொண்டாள் ராணி. கோபத்தில் பல்லை குத்திக்கொண்டு உக்காந்திருந்த மாறன் அப்பாவிடம் மெதுவாக கிழவி பேசினாள்.

"பேசாம இவன அங்க கூட்டிட்டு போயிருங்க, இங்க வேண்டாம். இங்க இருந்தா இந்த கழுதைக கூட சேந்து உருப்பட மாட்டான்" என்று பவ்வியமாக சொன்னாள்.

"ஆமா, பிள்ளையை கண்டிக்கயில கண்டிக்கவிடனும், அப்போல்லாம் என்ன கண்டிக்கவிடாம தடுத்து, அவனுக்கு செல்லம் குடுத்து இப்படி கெடுத்து வச்சிருக்கீங்க. அது

யாருக்கும் அடங்காம சுத்துது' என்று கோபமாக கடிந்து கொண்டார்.

"உங்க பிள்ளையை கூட்டிட்டு போயிருங்க ராசா, மவராசனா இருப்பிங்க. நான் வளத்த பிள்ளை ஏன் கண்ணுமுன்னால இப்டி அடிவாங்குறத பாக்கமுடியல" என்று கையெடுத்து கும்பிட்டு அழுதாள் கிழவி.

மாறன் அம்மாவிற்கு அரசாங்க உத்தியோகம் என்பதால் அரசாங்கத்தில் இருந்தே ஒரு வீடு கொடுத்திருந்தார்கள். அது ரேஸ் கோர்ஸ் பகுதியில் இருந்த அடுக்குமாடி குடியிருப்பு. அதில் முதல் தலத்தில் ஒரு வீடு கிடைத்திருந்தது. சிறுவயதில் இருந்தே செல்லூரில் வளர்ந்ததால், மாறன் அந்த வீட்டிற்கு போக மறுத்தான். செல்லூர் வீட்டில் இடம் பற்றாக்குறை காரணமாக மாறனின் அப்பா, அம்மா மட்டும் இரவில் அந்த வீட்டிற்கு தூங்குவதற்கு போவார்கள். ஆனால் அன்று மாலை மாறனை அழுக அழுக அந்த வீட்டிற்கு இழுத்து சென்றார் மாறன் அப்பா.

அந்த வீட்டின் மாடியில் இருந்த தண்ணீர் தொட்டியின் பின்னால் உட்கார்ந்து தான் அவன் நண்பன் பல்லனுடன் இணைந்து ஆபாச படம் பார்த்துக் கொண்டிருந்தான் மாறன். ஆபாச படத்தில் வந்த காட்சி மாறனை கிரங்கடித்துக்கொண்டிருந்தது.

11. முதல் சம்பவம்

ஆபாச படம் பார்த்துக் கொண்டிருக்கும்போது மாறனுக்கு ஏற்பட்ட புரியாத உணர்வு அடக்க முடியாத அளவிற்கு இருந்தது. முதல் தடவையாக பெண்கள் பிறப்புறுப்பை படகாட்சியில் பார்த்தான். உடல் முழுவதும் ஒருவித குளிர்ச்சியை உணர்ந்தான். ஆபாச படம் பார்ப்பது மாறனுக்கு இது இரண்டாம் முறை. ஒரு முறை செல்லூரில் கிருபா என்கிற ஒருவன் மாறனைவிட நான்கு வயது பெரிய பையன் பார்ப்பதற்கு கிட்டத்தட்ட கிறுக்கனைபோல் இருப்பான். அவனுடைய சிரிப்பு சாதாரணமாக இருக்காது. பொம்மைக்கு வாய் பகுதியை சரியாக தைக்கவில்லை என்றால் கிழிந்து தொங்குவதைபோல அவன் வாயும் கிழிந்திருக்கும். கண்கள் சரியாக இருந்தும் பேசும்போது வேறு எங்கேயோதான் பார்த்து பேசுவான்.

அவன் ஒரு நாள் ஒரு பேப்பரை மாறனிடம் காட்டினான். பேப்பர் கசங்கி கிழியும் நிலையில் இருந்தது. அந்த காகிதத்தில் ஒரு பெண் குளித்து முடித்துவிட்டு நிர்வாணமாக தலையில் ஈரத்துண்டினை கட்டிக்கொண்டு நிர்ப்பதைபோல புகைபடம் இருந்தது. அதை முதல்முறை பார்த்துவிட்டு மாறன் ஓடியே விட்டான். அந்த படம் அவன் மனதில் 'முதல் முறைவிட்ட பட்டம் பறந்ததை' போல் பதிந்து இருந்தது. அதன் பின் தற்போது மொட்டை மாடியில் பார்த்துக்கொண்டிருந்த ஆபாச படத்தில் அசையும் காட்சிகள் இன்னும் கூடுதல் தாக்கத்தை அவனுக்கு ஏற்படுத்தி இருந்தது.

ஆபாச படத்தைப் பார்த்துவிட்டு கீழே வீட்டிற்குள் சென்று விட்டான் மாறன். வீட்டில் யாரும் இல்லை. நெஞ்சு படபட என்று அடித்தவாறு இருந்தது, ஏன் என்று மாறனுக்கு புரியவில்லை. கண்ணாடியில் அவன் முகத்தை பார்த்தான். முகம் தூங்கி எழுந்தது போல் மாறி கண்கள் சுருங்கி இருந்தது. உதடுகள் துடித்தன. அரும்பு மீசைகள் எழுந்து நின்றன. ஒரு புரியாத உணர்ச்சி மாறனின் ஆணுறுப்பில் ஏற்பட்டது. பின் குளித்துவிட்டு, வயிறு நிரம்ப தண்ணீர் குடித்துவிட்டு படுத்து உறங்கி போனான். மாறன் மனதில் தோன்றிய எண்ணத்திற்கான அனைத்து கேள்விகளுக்கும் சாமுவேலிடம் பதில் இருந்தது.

"இளம் வயதில் அனைத்து ஆண்களும் இதை கடந்து தான் வந்திருப்பார்கள், தெரிந்து கொண்ட சூழ்நிலைகள் வேறாக இருக்கலாம். நம் சிறு வயதில் எதையெல்லாம் கெட்ட விஷயங்கள் என்று போதிக்கப்பட்டதோ அது அனைத்தும் ஒரு காலத்தில் நமக்கு தெரிய வந்தே தீரும். 'ஆண் பெண்ணின் உடம்பை தெரிந்து கொள்வதும், பெண் ஆணின் உடம்பை தெரிந்து கொள்வதும்' காலத்தின் கட்டாயம். ஏதோ ஒரு வழியில் நிச்சயம் அது நம்மை நோக்கி வரும், இயற்கையின் விதியும் அதுவே. தெரிந்தபின் அதை இயற்கை என்று எடுத்துக்கொண்டு, பெண்ணை சதையாக மட்டும் பார்க்காமல் நம்மக்கு சமமாக பார்த்து, அவர்களின் உணர்வுகளை புரிந்துகொண்டு அதற்கு மதிப்பளித்து நடப்பவனே ஆண்" என்று எட்டாம் வகுப்பில் அறிவியல் வாத்தியார் நடத்திக் கொண்டிருக்கும் பாடத்தை அவன் வாழ்க்கையில் ஒப்பிட்டு பார்த்துக்கொண்டே பாடத்தை கவனித்தான் மாறன். அந்த வகுப்பு மிகவும் அமைதியாக மாணவர்களால் கவனிக்கப்பட்டது.

மாறன் ரேஸ் கோர்ஸ் வீட்டு பகுதியில் இருக்கும் நண்பர்களுடன் நன்றாக பழகி இருந்தான். பள்ளி முடித்துவிட்டு மாறன் நேராக ரேஸ் கோர்ஸில் இருக்கும் வீட்டிற்கு சென்று விடுவான். அவனுக்கு பள்ளியில் இருந்து வீட்டிற்கு போக அவன் அப்பா புது மிதிவண்டி வாங்கி கொடுத்திருந்தார். ரேஸ் கோர்ஸ் பகுதியில் இருக்கும் பசங்களுடன் சென்று மட்டை பந்து விளையாட, பணம் கொடுத்து வீடியோ கேம் விளையாட என்று மாறன் பொழுதை கழித்துக்கொண்டிருந்தான். மேலும் அங்கே இருக்கும் இளந்தாரிகளுடன் இணைந்து பல தகாத காரியங்களையும் செய்து வந்தான். வீட்டில் இருப்பவர்களை ஏமாற்றினான். புகை, மது பழக்கங்களையும் கற்று கொண்டான். விளையாட்டாக ஆரம்பித்த அனைத்தும் கொஞ்ச நாட்களிலேயே மாறனின் தினசரி கடமைகளாக மாறி இருந்தது.

பல்லனுடன் இணைந்து அந்த பகுதியில் உள்ள ரவுடிகளை பழகிக் கொண்டான். தானும் ஒரு ஆள் என காட்டிக் கொள்வதற்காக பின்னாளில் சிகரெட் அதிகம் புகைத்தான், அந்த பகுதி பசங்களுடன் சேர்த்து கொண்டு அடுத்த பகுதி பசங்களை அடிப்பதற்காக கூட்டத்தில் ஒருவனாக போவான். அப்போதெல்லாம் பூட் கட் பேண்ட் மிகவும் பிரபலம், பேண்டிற்க்கு செருப்புக்கும் இடையே கத்தியை

வைத்துக்கொண்டு சுற்றினான். ஒருமுறை பள்ளிக்கூடத்தை கட் அடித்துவிட்டு, அழகர் கோவில் மலைக்கு சென்று, நன்றாக குடித்துவிட்டு அங்கு இருக்கும் ராக்காயி தீர்த்தம் அருவியில் குளித்துவிட்டு வீட்டுக்கு வந்தான். விஷயம் அப்பாவுக்கு தெரியவர அப்போது அவர் அவனை அடிக்காமல் கூப்பிட்டு கண்டித்தார்.

இப்படியாக மாறனின் வாழ்க்கை பன்னிரெண்டாம் வகுப்பு வரை வந்தது. மதுரையில் கஞ்சா விற்கும் இடங்கள் அனைத்தையும் தெரிந்து வைத்திருந்தான். சிறைச்சாலை சென்று வந்த ரவுடிகள் அனைவரையும் தேடிதேடி சென்று பழகிக் கொண்டான். தானும் ஒரு ஆள் ஆகவேண்டும் என்ற நினைப்புடன், மதுரைக்காரனுக்கே உரித்தான நெஞ்சைத் தூக்கிக்கொண்டு நடக்கும் நடையை கற்றுக்கொண்டான். இழுத்து இழுத்து ராகம் பாடுவதுபோல பேசிக்கொண்டிருந்தான். இப்படி மாறன் மாறுவதற்கு காரணமாக இருந்தது செல்லூர்தான்.

இரண்டு மாதத்திற்கு முன்னால் மாறன் வாழ்க்கையில் சினிமா பாணியில் ஒரு சம்பவம் நடந்திருந்தது. அன்று ரேஸ் கோர்ஸ் மாரியம்மன் கோவில் திருவிழா. பொது கோவில் என்பதால் அனைத்து இனத்தவர்களும் அங்கு சாமி கும்பிடுவதற்காக வருவார்கள். போலீஸ்காரர்கள் வசிக்கும் பகுதியில் அந்த கோவில் இருப்பதால், அவர்கள் அதிகம் நன்கொடை வழங்குவது வழக்கம். ஏழு நாள் திருவிழாவில் கும்மி கொட்டுவது, பொங்கல் வைப்பது, தீக்குழி இறங்குவது, தீச்சட்டி எடுப்பது, முளைப்பாரி வளர்ப்பது, அங்கப்பிரதசனம் செய்வது போன்ற நிகழ்வுகளுடன் ராட்டினம் சுற்றுவது, அப்பளக்கடை, பஞ்சுமிட்டாய் கடை, பெண்களுக்கான சிகை அலங்கார கடை, மாரியம்மன் புகைப்படம் கொண்ட சீரியல் லைட்டுகள், ரேடியோ பெட்டிகள், பாடல்கள், ஆட்டம் பாட்டம், நாடகம் என்று ஏழு நாளும் திருவிழா கலைகட்டும்.

அன்று ஏழாம் நாள் திருவிழா, மாறனும் பல்லனும் போய் இருந்தார்கள். வள்ளி திருமண நாடகம் அரங்கேறியது. அதை பார்த்தவாறு இருவரும் நின்று கொண்டிருந்தார்கள். ஆறாம் நாள் திருவிழாவில் போலீஸ்காரர் மகன்களை மாறன் நண்பர்கள் அடித்து மண்டையை உடைத்து செய்த ரகளையில் திருவிழா ரணகளமானது அவர்களுக்குத் தெரியாது. நேற்று முழுவதும் மாறனும் பல்லனும் செல்லூரில்

இருந்தார்கள். பேச்சியம்மாள் மாறனை வர சொல்லிக்கொண்டே இருந்தாள், அதனால் பேச்சியம்மாவை பார்த்துவிட்டு அப்படியே கரணையும் பார்த்து பேசிவிட்டு இரவு தாமதமாக வீடு திரும்பி இருந்தார்கள் மாறனும் பல்லனும். போலீஸ்கார்களின் மகன்கள் தலையில் கட்டு போட்டவாறு அடித்தவர்களை பழிவாங்க வேண்டும் என்று சுற்றியபோது அவர்கள் பார்வையில் மாறனும் பல்லனும் விழுந்தார்கள். இருவரையும் சுற்று போட்டார்கள். அவர்கள் சுற்று போடுவதை பல்லன் கவனித்தான்.

"டேய், மாறா" என்று கூப்பிட்டான். மாறன் திருவிழாவில் சொல்லிக்கொண்டிருந்த 'வள்ளி யானைக்கு பயந்து குகையில் ஒழிந்த கதையை' ஆர்வமாக கேட்டுக் கொண்டிருந்தான்.

"டேய் மாறா" என்று அவன் தோள்களில் கை வைத்தவாறு அழைத்தான் பல்லன்.

பல்லனைத் திரும்பி பார்த்தான் மாறன். மாறனை பார்த்து பல்லன் கண்களைக் காட்டினான். போலீஸ்காரர் மகன்கள் சுற்று போட்டிருப்பதை மாறன் கவனித்தான்.

"நமக்கு இருக்காது டா" என்றான் மாறன்.

"நமக்குதான்டா, ரொம்ப நேரமா ரூட்டு போட்டுட்டு இருக்காய்ங்க" என்றான் பல்லன்

மாறனுக்கு ஒன்றும் விளங்கவில்லை.

"நம்மள எதுக்காகடா?" என்று முகத்தில் பயத்தை காட்டாமல் கேட்டான் மாறன்.

"அந்த பக்கமா லெப்டுல மண்டைல கட்டு போட்ருக்கான் பாரு, அவன் தான் வினோத். அவனுக்கும் நம்ம சிவாகும் ஆகாது. போன வாரம் க்ரௌண்ட்ல அடிச்சுக்கிட்டாய்ங்க. நேத்து நைட் எதோ நடந்துருக்குபோல, அதான் ஏரியால யாரும் இல்ல, நம்ம தான் தெரியாம இங்க வந்து சிக்கிட்டோம். இவைங்க இப்போ கண்டிப்பா நம்மள விடமாட்டாய்ங்க" என்று தொடை நடுங்க பல்லன் பேசினான்.

சிவா மற்றும் அவன் நண்பர்கள் பல்லன் வீட்டிற்கு சென்று கதவைத் தட்டினார்கள். பல்லன் அம்மா கதவைத் திறந்தாள். அவன் அப்பா கட்டிலில் உட்கார்ந்து மது அருந்தி கொண்டிருந்தார். அம்மா சமைத்த கரண்டியுடன் வெளியே வந்தாள்.

"மா, விக்னேஷ் இல்லையா? " என்றான் சிவா. அம்மா முன்னாள் பல்லன் இல்லையா என்று கேட்பது நாகரிகமாக இருக்காது என்று நினைத்து கொண்டான் போல.

"இல்லையே பா, இப்பதான் கொஞ்ச நேரத்துக்கு முன்னாடி மாறன் கூட சேந்து திருவிழாக்கு போரம்ட்டு போனான்" என்றாள் அம்மா.

அம்மா சொன்னதை கேட்டதும் சிவா மற்றும் அவன் நண்பர்களுக்கு பயம் தொற்றிக்கொண்டது. என்ன செய்வதென்று தெரியாமல் உலாத்திக் கொண்டிருந்தார்கள். அவர்களுக்கு தெரிந்த அளவிற்கு திட்டங்களை தீட்டிக் கொண்டிருந்தார்கள். அப்போது கூட்டத்தில் இருந்த ஒருவன்

"பாவம் டா நம்ம செஞ்சதுக்கு பல்லே மட்டும் இல்லாம மாறனும் அடிவாங்கி சாகப்போறான்" என்று சாவகாசமாக சிகரெட்டை பற்ற வைத்தபடி பேசினான்.

மாறனும் பல்லனும் என்ன செய்வதென்று தெரியாமல் கூட்டத்தைவிட்டு வெளியே போகாமல் நின்று கொண்டிருந்தார்கள். கூட்டத்தில் யாராவது தெரிந்தவர்கள் வந்துவிட மாட்டார்களா என்று பார்த்தவாறு முகம் முழுவதும் பயம் தொற்றிக்கொள்ள நின்று கொண்டிருந்தார்கள். மாறனுக்கும் பதட்டத்தில் இடது கால் மேலும் கீழுமாக குதித்துக் கொண்டிருந்தது. கூட்டத்தை விலக்கிக்கொண்டு ஒரு பொடியன் அவர்கள் அருகே வந்தான். மாறன் இடுப்பு உயரமே இருந்தான் பொடியன். கருப்பாக பெரிய டீ-ஷர்ட் அணிந்திருந்தான், டவுசர் போட்டிருந்ததே வெளியே தெரியவில்லை.

"நீங்களா வந்துரணுமாம், இல்லனா அவுங்க உள்ள வந்துருவாங்களாம் எப்படி வசதின்னு கேக்க சொன்னாங்க?" என்று கண்ணில் கோபத்துடன் கேட்டான் பொடியன்.

"பஸ்ட்டு யாரு நிய்யி? நீ யாருனே தெரியாது போடா பேசமா" என்றான் மாறன்.

பொடியன் அடுத்த வார்த்தை பேசாமல், டீ சர்ட்டை தூக்கிக் காட்டினான். டவுசருக்கும் இடுப்புக்கும் இடையே கத்தி சொருகி இருந்தது. கத்தியை பார்த்ததும் மாறனுக்கும், பல்லனுக்கும் பீதி ஆனது. பயத்தில் எச்சில் விழுங்கிக் கொண்டார்கள். பொடியன் எதுவும் பேசாமல் கத்தியைக் காட்டிவிட்டு நடந்து சென்று விட்டான். பல்லன் பயத்தில் ஒரு திட்டம் போட்டான்.

"மாப்ள, இதுக்கு மேல இங்க இருக்கது ரிஸ்க்கு. நான் கூட்டத்துக்குள்ள பூந்து எப்படியாச்சும் ஓடிப்போய் ஏரியாக்குள்ள இருந்து பசங்கள கூட்டியாந்துறேன்" என்றான்.

"நான் எப்பிடிடா இங்க தனியா இருப்பேன்" என்றான் மாறன் பதட்டத்துடன்.

"நீயும், இந்த கூட்டத்துக்குள்ளயே ஓடிட்டே இரு, அதுக்குள்ள நான் வந்துருவேன்" என்றான்.

வேப்பமரத்தின் அருகில் இருட்டில் நின்றவர்கள் பொறுமை இழந்து அவர்களை நோக்கி நடந்து வந்தார்கள். அனைவரும் கைலி கட்டி இருந்தார்கள். அவர்களைப் பார்த்ததும் பல்லன் ஓட்டம் எடுத்தான். பல்லனை பிடிக்க அவர்கள் கூட்டத்தில் இருந்த மூவர் துரத்திக்கொண்டு ஓடினார்கள். ஓடும்போது வாய் பற்களில் கைலியின் முனையை கடித்துக்கொண்டு ஓடினார்கள். கைலி 'ப' வடிவத்தில் காற்று நிரம்பிய தொட்டிலைபோல் பறந்து கொண்டிருந்தது. ஒரு பக்கம் மாறன் ஓடினான். கோவிலை ஒட்டி ஒரு சந்து தெரிந்தது அந்த சந்துக்குள் ஓடினான் மாறன், கொஞ்ச தூரத்தில் வழியற்ற முட்டு சந்தானது. பின்னால் துரத்தி வந்த இருவர் நின்றார்கள். மாறன் வசமாக சிக்கிக்கொண்டான். மாறனின் சட்டையைப் பிடித்து வளந்தவன் சந்திற்கு வெளியே இழுத்துக் கொண்டு வந்தான். "விடுங்கடா.. விடுங்கடா" என்று பருந்திடம் சிக்கிய கோழிக்குஞ்சுபோல் கத்தினான் மாறன். அந்த வேப்பமரம் பக்கத்தில் மாறனை கொண்டு வந்தார்கள். மாறனின் கை மற்றும் கால்களை மரத்தில் இறுக்கமாக கட்டிப்போட்டார்கள்.

"இம்மிணிகாண்டு இருந்துகிட்டு ஓட பாக்குற, எங்கடா அந்த பல்லன் சொல்றா?" என்றான்.

மாறன் பயத்தில் நடுங்கினான், கயிறுகள் அவன் கைகளை இறுக்கிக் கொண்டிருந்தது.

"அடிக்காம கேக்கைலயே சொல்லிரு, இல்ல தாயோலிமனே இங்கயே சம்பவமாகி போயிரும்" என்றான் அவர்களுள் ஒருவன். அவன் பார்ப்பதற்கு ஒல்லியாக இருந்தான், தொடர்ச்சியாக கஞ்சா அடிப்பதினால் கழுத்து நரம்புகள் எல்லாம் புடைப்பாக வெளியே தெரிந்து கொண்டிருந்தது. பேசிக்கொண்டே மாறனை அடிக்க கைகளை ஓங்கினான், மாறன் கண்களை மூடிக்கொண்டான்.

திடீரென்று பின்னால் "டேய்.." என்று சத்தம் வந்தது. அனைவரும் திரும்பி பார்த்தார்கள். ஓட்டம் காட்டிய பல்லனை துரத்தி சென்றவர்கள் அவனைப் பிடித்து கொண்டு வந்தார்கள். பல்லனையும் சேர்த்து மரத்தில் கட்டிப் போட்டார்கள். அப்போது விசாரணை இன்னும் தீவிரமானது. பல்லன் அழுகத் தொடங்கினான். அவன் அழுகை அங்கிருந்தவர்களுக்கு குஷியை ஏற்படுத்தி இருந்தது. பல்லனின் பேண்டை அவிழ்த்துவிட்டு விளையாடினார்கள்.

மாறனுக்கு அப்போது பயம் போய் கோபம் தலைக்கு ஏறியது. ஆனால் எதுவும் செய்ய முடியாத சூழ்நிலையில் தவித்துக்கொண்டிருந்தான். அவர்களை முறைத்துப் பார்த்தான். மாறன் முறைப்பதை பார்த்து கூட்டத்தில் இருந்த ஒருவன் திட்டினான்,

"என்னடா முறைக்கிற, நீ என்ன பெரிய புளுத்தியா?' டேய் கொம்மாலக்க அவன் டவுசரையும் கழட்டு டா" என்று ஆணை பிறப்பித்தான். ராஜாவின் ஆணைக்கு காத்திருக்கும் மந்திரிகளைபோல ஒருவன் கஞ்சா போதையில் மாறன் பேண்டை கழட்ட போனான்.

திடீரென வண்டியில் இரண்டு பேர் வந்தார்கள். இருட்டை கலைத்தது வண்டியின் வெளிச்சம். அந்த ஐவர் கூட்டத்தின் தலைவன் வந்தான். இன்னும் பிரச்சனை பெரிதானது. சரக்கு போதையில் மாறனையும், பல்லன்னையும் நோக்கி தள்ளாடியபடியே வந்தான் அவர்களின் தலைவன். மாறனை அருகே வந்து பார்த்ததும் ஆச்சரியத்தில் அதிர்ந்து போனான்.

அவனுக்கு மாறனை எங்கோ பார்த்ததுபோல் இருந்தது. அடிக்க வந்தவன் அமைதியாக நிற்பதைப் பார்த்து பல்லனுக்கு ஒன்றும் புரியவில்லை.

"டேய், நீ மாறே தான?" போதையில் கண்புருவதை உயர்த்தியவாறு பேசினான்.

"ஆமா" என்று பயம் இல்லாமல் பேசத்துவங்கி இருந்தான் மாறன்

"டேய், எண்ணெய்ய யாருன்னு அடையாளம் தெரிலைய டா.. ஜெயா டா" சிரித்தவாறு பேசிக்கொண்டான்.

மாறனும் சிறிது நேரம் யோசித்துவிட்டு ஜெயாவை அடையாளம் கண்டு கொண்டான். மாறன் சிறுவயதில் வட்டிக்காரி சுருளி மகனை அடித்து மண்டையை உடைத்து அவன் தோள்பட்டையில் கடித்து வைத்தது ஜெயாவிற்காகதான். அந்த சண்டைக்கு பிறகு ஜெயாவை இப்போதுதான் மாறன் பார்க்கிறான். அப்போது ஜெயா டவுசர் போட்டுக்கொண்டு மூக்கொழுக திரிந்தான், தற்போது பெரிய ரவுடியாக வளர்ந்து நிற்கிறான்.

மாறனை அவர்கள் கட்டி போட்டிருந்ததை பார்த்து ஜெயாவிற்கு கோபம் வந்தது. அவர்களை அவிழ்த்து விட சொன்னான். அழுகும் பிள்ளைக்கு கிளுகிளுப்பை காட்டியது போல பல்லன் முகத்தில் சிறிது அமைதி தோன்றி இருந்தது. அவர்களுள் சிவப்பு சொக்கா அணிந்திருந்தவன்தான் பல்லன் பேண்டை அவிழ்த்தான். ஜெயா சொன்னதும் அவனே கயிற்றையும் அவிழ்த்துவிட்டான்.

கயிறை அவிழ்த்ததும் பல்லன் பேண்டை மாட்டிக்கொண்டான். அப்போது பல்லன் முகத்தில் மகிழ்ச்சிக்கு ஐந்து நிமிடம் வயதாகியிருந்தது. எடுப்பான பல்லனின் பல் மேலும் முன்னே வந்து ஜெயாவுக்கு நன்றி சொன்னது. பல்லன் நன்றி சொல்லிக்கொண்டிருக்கும்போதே சிவப்பு சொக்கா அணிந்திருந்தவனின் கன்னத்தில் மாறன் 'பளார்' என்று அறைந்தான். மாறன் விட்ட அரையில் சிவப்பு சொக்கா மயங்கி கீழே மண்ணில் விழுந்தான். பொத்துக்கொண்டு

வந்த மாறனின் கோபத்தை அவனால் கட்டுப்படுத்த முடியவில்லை.

அனைவரும் மாறனை வெறித்துப் பார்த்தார்கள். மாரியம்மனுக்கு பெண் பக்கதர்கள் சாமி ஆடியும், குலவை போட்டும் வழிபட்டுக் கொண்டிருந்தார்கள். சூழ்நிலை மீண்டும் பரபரப்புக்குள்ளானது.

12. செல்லூர்காரன்

மறுநாள் காலை மாறனை பார்ப்பதற்காக கரண் மாறன் வீட்டிற்கு வந்திருந்தான். இரவு நடந்த அனைத்தையும் மாறன் ஒரு அலுமினிய டம்ளரில் காபியைக் குடித்தவாறு கரணிடம் சொல்லிக்கொண்டிருந்தான். மாறனும், கரணும் பேசிக்கொண்டிருக்கும்போதே பல்லன் வந்தான். பல்லனை கரணுக்கு கொஞ்ச நாள் தான் பரிச்சயம் என்பதால் ஒரு சிறிய சிரிப்பை மட்டும் உதிர்த்துக்கொண்டான். பல்லன் வந்ததும் மூவரும் அரசாங்கக் குடியிருப்பின் மாடிக்கு சென்று தண்ணீர் தொட்டியின் அருகே நின்று பேசத் தொடங்கினார்கள். அந்த குடியிருப்பின் மாடியில் இருந்து பார்த்தால் கோவில் தெரியும். கோவில் வாசலில் கட்டியிருந்த வாழை மரம், அலங்கார பூக்கள் எல்லாம் வாடி இருந்தது. சீரியல் லைட் எரியாமல் அம்மன் உருவம் கலையற்று இருந்தது. பால் குடம் தூக்கிக்கொண்டு ஒரு சிலர் கோயிலுக்குள் போய் கொண்டு இருந்தார்கள். ராட்டினங்கள் இரவு முழுவதும் ஓடிக் களைத்துபோய் ஓய்வெடுத்துக் கொண்டிருந்தது. அதை அனைத்தையும் கவனித்தவனாக பேசத் தொடங்கினான் கரண்.

"அப்புறம், என்ன ஆச்சு அந்த சிவப்பு சட்ட போட்டவன அடிச்சுப்புட்ட?" என்று ஆர்வமாக கேட்டான் கரண்

மீண்டும் நேற்று இரவு நடந்ததை நினைவுபடுத்தி பேசிக்கொண்டு இருந்தான் மாறன்.

மாறன் அடித்த அடியில் சிவப்பு சட்டை சுருண்டு விழுந்தான். ஒரு நிமிடம் அனைவரும் வெறித்து பார்த்தார்கள், மீண்டும் பல்லன் முகத்தில் பயம் அப்பிக்கொண்டது. மாறனை அடிப்பதற்காக சிவப்பு சட்டையின் கூட்டாளிகள் தவ்வினார்கள். ஜெயா அவர்களை தடுத்து நிறுத்தினான். ஜெயா வார்த்தைக்கு கட்டுப்பட்டவர்களாக அனைவரும் அமைதியாக நின்றார்கள். மாறன் மண்டையில் அனலாக ஓடிய கோபத்திற்கு ஜெயாவால் அவர்கள் தப்பினார்கள். மாறன் அடித்துவிட்டு தைரியமாக நின்றான். மாறன் கண்ணில் பயம் தெரியவில்லை, கண்கள் சிவந்திருந்தது. 'ஐந்து சிங்கங்களை எதிர்த்து நிற்கும் மான்' போல பல்லன் கண்களுக்கு தெரிந்தான் மாறன்.

"தப்பு மாறா, இப்போ நீ செஞ்சது பெரிய தப்பு" போதையிலும் நிதானமாக பேசினான் ஜெயா.

கூட்டத்தில் கருப்பு சட்டை அணிந்தவன் "நீ விடுனே, இவன..." என்று கைகளை முறுக்கி, பற்களை கடித்துக்கொண்டு பேசினான்.

"வாடா" என்று கத்தியவாறு மாறன் கருப்பு சட்டையைநோக்கித் திமிறிக்கொண்டு நடந்தான். அவனை பல்லன் கட்டுப்படுத்திக்கொண்டு இருந்தான்.

இருவருக்கும் இடையே நின்றுகொண்டிருந்த ஜெயா கருப்பு சட்டையைநோக்கி "டேய், சும்மா இருடா. அவன்கிட்ட எனக்கொரு பழைய பாக்கி இருந்துச்சு, அது இப்ப கழிஞ்சுருச்சு" என்று தலையை ஆட்டிக்கொண்டு பேசினான்.

தொடர்ந்து கோபத்தோடு பேசினான் ஜெயா, "இதுக்கு மேல ஒன்னும் இல்ல, இப்ப ஏதாச்சும் செஞ்சா அவன் பின்னாடி செல்லூரே இறங்கும். அது தேவையில்லாத ஏரியா பஞ்சாயத்தாயிரும்"

மாறன் உடம்பில் முறுக்கேற நின்று கொண்டிருந்தான்.

"நீ போடா" என்று மாறனை பார்த்து சொன்னான் ஜெயா .

மாறனை இழுத்துக்கொண்டு நடந்தான் பல்லன், மாறன் காளையை போல் சிலுப்பிக்கொண்டு நடந்தான். ஜெயா மாறனை அழைத்தான். மாறன் திரும்பி பார்த்தான்.

"இன்மேல் ஏரியாக்குள்ள பாத்து இருந்துக்கோ" என்றான்.

ஜெயா சொன்னது வார்த்தைகள் அல்ல, மாறனுக்கான எச்சரிக்கை என்று பல்லனுக்கு புரிந்தது.

கரணிடம் நடந்ததை சொல்லி முடித்தான் மாறன். கடைசியாக மாறனை நோக்கி ஜெயா பேசிய வார்த்தையை நினைத்து பார்த்ததும் கரணுக்கு கோபம் அதிகமானது.

"அவன்லாம் ஒரு ஆளுக்கூதீன்னு நம்மள, பாத்து இருந்துக்க சொல்றானா? மாறா நம்ம கெரண்ட காலு மைரக் கூட

அவனாலப் புடுங்க முடியாது, நீ தைரியமா இரு" என கோபமாக சொன்னான் கரண்.

"விட்றா திரும்ப வந்தா பாத்துக்கலாம்" என்று கரணின் கோவத்திற்கு முற்றுப்புள்ளி வைத்தான் மாறன்.

அன்று காலை முதல் இரவு வரை நடந்த சம்பவம் குறித்து மாறனிடம் பலரும் விசாரித்தார்கள். இத்துணை பேர் விசாரிப்பது மாறனுக்கு கௌரவமாகவும், பெருமையாகவும் இருந்தது. ஒரு விஷயத்தை மாறன் உணர்ந்து கொண்டான், நேற்று அவர்கள் நினைத்திருந்தால் மாறனை கொலை கூட செய்திருக்கலாம். ஆனால் செய்யவில்லை, காரணம் மாறன் செல்லூர்காரன் என்பதால். செல்லூர் பகுதியை நினைத்து மிகவும் பெருமைபட்டுக்கொண்டான் மாறன்.

அன்று இரவு முழுவதும் மாறன் தூங்கவில்லை. மாறன் போலீஸ்காரரர் மகன்களை அரைந்தது ரேஸ் கோர்ஸ் பகுதி முழுவதும் பரவி இருந்தது. மாறனைவிட வயதில் பெரியவர்கள் அனைவரும் அவனை அழைத்து பேசினார்கள்.

அவர்களுடன் இணைந்து மார்க்கெட் பகுதியில் குடிக்கத் தொடங்கி இருந்தான். பின் படிப்படியாக ரவுடிதனத்திற்குள் தன்னை புகுத்திக்கொண்டிருந்தான் மாறன். செல்லூர் என்ற பெயரை கெட்டியாக பிடித்துக்கொண்டு ரௌடி வாழ்க்கையில் பயணப்பட்டுக் கொண்டிருந்தான். இவ்வாறாக சினிமா பாணியில் நடந்த சம்பவமே மாறனின் வாழ்க்கையை மாற்றி அமைத்திருந்தது. மனம்போன போக்கில் சுற்றி திரிந்த மாறனின் வாழ்க்கையில் அன்று இரவு பெய்த மழை பெரும் தாக்கத்தை ஏற்படுத்தி இருந்தது.

13. மழையும் மாறனும்

மாறன் பன்னிரெண்டாம் வகுப்பு படித்துக்கொண்டிருந்தபோது, படிப்பில் பெரிதாக நாட்டம் இல்லாமல் வீட்டில் திட்டுவார்களே என்ற காரணத்திற்காக பள்ளிக்கூடம் சென்று கொண்டிருந்தான். பள்ளிக்கூடத்திலும் அவனுடைய சேட்டைகள் அதிகமாவே இருந்தது. ஆசிரியர்கள் அவன் மீது தொடர்ந்து புகார் அளித்துக் கொண்டிருந்தார்கள். மாறன் தனக்கென ஒரு கைபேசி வாங்கிக் கொள்ளவில்லை, அவனுடன் படித்த ஒருவனிடம் இருந்து பிடுங்கி வைத்துக்கொண்டான். கைபேசிக்குத் தேவையான 'சிம் கார்டை' உரிய ஆவணங்கள் இல்லாமல் வாங்கி வைத்திருந்தான். சில நேரங்களில் ஏன் சில விஷயங்களை செய்கிறோம் என்று தெரியாமலே செய்து கொண்டிருந்தான். தெருவில் 'சிவனே' என்று போகிறவனைக் கூப்பிட்டு அடிப்பது, கடைகளில் திருடுவது போன்ற சம்பவங்களில் அதிகமாக ஈடுபட்டிருந்தான். சக நண்பர்கள் குடும்பத்தில் ஏதேனும் விசேஷம் வைத்தால் மாறன் குடித்துவிட்டு செய்யும் அலப்பறைகள் சொல்லி மாளாது. அப்படித்தான் அன்று உசிலம்பட்டி சின்னசாமி தேவர் இல்ல விழாவில் எல்லை மீறி குடித்து விட்டு ஆட்டம் போட்டான் மாறன். பல்லன் மாறனை கட்டுப்படுத்திக் கொண்டிருந்தான்.

"யாரு வீட்டு பைய இவே, நம்ம பயலுகளே சும்மா இருக்கும்போது இந்த தவ்வு தவ்விகிறுக்கியான்" என்று விசேஷ வீட்டுக்காரர் பல்லன் காதுபட பேசிக்கொண்டு போனான்.

தேவர் வீட்டு விசேஷம் என்றால் தெருவே கலைகட்டிவிடும். விளம்பர பலகைகள், சீரியல் லைட்டுகள் தெருவை அலங்கரித்துக் கொண்டிருக்கும். விளம்பர சுவரொட்டிகளில் தேவர் கம்பிரமாக காட்சியளிப்பார். சுவரொட்டிகளில் சிங்கங்களும், புலிகளும் ஒருபுறம் பாய்ந்து கொண்டிருக்க, அதை அடக்குவதற்கு தயார் என்பது போல விஷேசகாரர்களின் புகைப்படங்கள் இடம் பெற்றிருக்கும். விஷேசத்திற்கு வந்த பெண்கள் நகை அணிந்து கொள்வதில் அதிக ஆர்வம் காட்டுவார்கள், மொய் நோட்டில் இடம் இல்லாத அளவிற்கு மொய் வைத்துவிட்டு போவார்கள். அதில் தாய்மாமன் மொய் அதிக கவனத்திற்குரியதாக இருக்கும். அப்படித்தான் மீனாட்சிபுரத்தில் உள்ள தவசி தேவர்

விசேஷத்தில் மூன்று கோடி மொய் வந்ததாக தெருவில் கிழவிகள் பேசிக்கொண்டார்கள்.

ஒரு வெள்ளிக்கிழமை இரவு வீட்டில் யாரும் இல்லை, மாறன் முதல் முறையாக தனியாக உறங்க ஆயத்தமாகிக் கொண்டிருந்தான். மாறன் அப்பாவும், அம்மாவும் திருவில்லிபுத்தூர்க்கு சிவராத்திரி பூஜையில் பங்கேற்பதற்காக கிளம்பிச் சென்றிருந்தார்கள். மறுநாள் பள்ளிக்கூடம் விடுமுறை என்பதால் மாறன் அவர்களுடன் போக மறுத்துவிட்டான். 'இதுவே பள்ளிக்கூடம் இருந்திருந்தால், முதல் பக்திமான் மாறன் தான்'. வீடு இருட்டாக அமைதியாக இருந்தது, மாறன் கட்டிலில் படுத்திருந்தான். எங்கோ யாரோ பிடிக்கும் கஞ்சா வாசம் காற்றின் உதவியுடன் வீட்டிற்குள் வந்தது. திடீரென எழுந்து சிறிய மஞ்சள் நிற விளக்கை எரியவிட்டு படுத்தான். அவன் மனதில் இருக்கும் பயத்தை விளக்குப் பிரதிபலித்தது. மாறன் கண்களை மூடி உறங்கும் தருவாயில் வெளியே இடி இடித்துக் கொண்டிருக்கும் சத்தம் வீட்டிற்குள் யாரோ முனங்குவது போலவும், கடிகாரத்தில் இருந்து வரும் 'க்ளர்க் க்ளர்க்' என்ற சத்தம் பேய் கொலுசு மாட்டிக் கொண்டு 'சலக் சலக்' என்று நடப்பதுபோலவும் கேட்டது. போதாத குறைக்கு சிறு வயதில் கேள்விப்பட்டப் புளியமரத்து முனிக்கதை நினைவுக்கு வந்தது.

ஒரு முறை மயிலப்பன் மகன் பிரதீப் தூங்கிக் கொண்டிருந்தான். அவர்கள் வீடு புளியமரத்திற்கு அருகே இருந்தது. திடீரென பிரதீப்புக்கு முழிப்பு வந்தது. விழித்தவன் வீட்டின் சுவற்றில் ஏதோ மங்கலாக தெரிவதைப் பார்த்தானாம். பின் மீண்டும் கண்களைக் கசக்கி விட்டுக்கொண்டு பார்த்தவன் அதிர்ச்சி அடைந்தான். சிறிது நேரம் அலறிவிட்டு படுத்துவிட்டான். அவன் இரவுகளில் அலறுவது வழக்கமான நிகழ்வுதான் என்று மயிலப்பன் எழுந்து எதுவும் கேட்கவில்லை. மறுநாள் காலையில் காய்ச்சல் தலைக்கு ஏறி இருந்தது. அவன் விழித்தவுடன் இரவு என்ன நடந்தது என்று விசாரித்தார்கள். அவன் பயத்தில் வாயேத் திறக்கவில்லை. பின்னர் குறி சொல்லும் கிளிப்பேச்சிக் கிழவியை அழைத்து மந்திரிக்க சொல்லி கேட்டார்கள், அவன் சொல்ல போகும் விஷயத்தை கேட்க மற்ற கிழவிகளும் ஆவலாக அவன் பக்கத்தில் இடம் பிடித்து உட்கார்ந்து கொண்டார்கள்.

கிளிப்பேச்சி மந்திரித்ததில் பிரதீப் மிரண்ட கண்களோடு குழந்தையைப்போல பேசத் துவங்கினான்...

"நேத்து ராத்திரி மஞ்ச சுவத்துல பெரிய செவப்பு பொட்டு வச்சு இருந்துச்சு, அப்புறம் கீழ் உதடுகிட்ட ரெண்டு புலி பல்லு இருந்துச்சு. பாக்குறதுக்கு யாரோ முகம் மாதிரி இருந்துச்சு"

அப்புறம் நல்லா கண்ணக் கசக்கிட்டுத் தெளிவா பாத்தானாம், அப்போ மூடி இருந்த கண்ணு திடீருனு திறந்து பாத்துச்சாம். கண்ணு முழுக்க சிவப்பு நிறத்துல அப்படியே நெருப்பை கக்கிக்கிட்டு இருந்துச்சாம்.அப்போதான் அந்த புளியமரத்து முனியோட முகத்த முழுசா பாத்தானாம். இத பிரதீப் திக்கி திக்கி சொல்லும்போதே பக்கத்தில் இருந்த கிழவி சாமி வந்து ஆடத் தொடங்கி விட்டாள்.

இந்த கதையை பேச்சியம்மா கிழவி மாறனிடம் ஒரு ஆறு வருடத்திற்கு முன்பு சொல்லியிருந்தாள், அன்று இரவு அந்த கதை மாறனைத் தூங்கவிடமாட்டேன் என்று சாதனை செய்து கொண்டிருந்தது.

மாறன் பழைய புளியமரத்து முனி கதையை அசை போட்டுக் கொண்டிருக்கும் போது மழை பெய்யத் துவங்கியிருந்தது. அவன் எழுந்து வீட்டின் மேல்மாடத்திற்கு சென்றான். அங்கு நின்று பார்த்தான். அடை மழை பெய்து கொண்டிருந்தது. காற்றில் வந்த கஞ்சா வாசம் மறைந்து மண்ணின் வாசம் மாறனை மயக்கியது. மண் வாசம் மாறனுக்கு முதல் முறையாக தன்னைப் பரீட்சையபடுத்திக்கொண்டது. கருமேகங்கள் கூட்டமாக நகர்ந்து கொண்டிருந்தது. காற்று இதமாக அடிக்க, மழை சாரல் மயில் தொகையில் வருடுவதுபோல் மாறனின் உடல் முழுவதும் வருடியது. வீட்டுக்குள் போவதற்கு மாறனுக்கு மனம் வரவில்லை, இன்னும் கொஞ்சம் மேல்மாட சுவற்றை நோக்கி நடந்து சென்று, அவன் இடுப்புவரை சுவற்றில் இறுக்கமாக ஒட்டிக்கொண்டு முகத்தை மட்டும் வெளியே நீட்டினான். மழை மாறன் முகத்தை நனைத்தது. கழுத்தின் வழியே மழைநீர் அவன் உடல் முழுவதும் பரவியது.

சிறுவயதில் இருந்தே மழையைப் பார்த்தால் ஓடி மறைந்து கொள்ளும் மாறன், அன்று மழையை ரசிக்கத் தொடங்கி இருந்தான். இரவில் எங்கிருந்தோ வந்த பழுப்பு நிற

வெளிச்சத்தில் வானில் இருந்து பார்க்கும் கடவுளுக்கு 'மழையும் மாறனும்' அழகாகத் தெரிந்திருக்க கூடும்.

14. லட்சுமியின் ஏக்கம்

திருவில்லிபுத்தூரில் சிவராத்திரி திருவிழா அமைதியாக நடந்து கொண்டிருந்தது. அவர்களின் குலதெய்வம் பாதாள பேச்சியம்மன். அந்த விக்கிரகம் கால்களை நீட்டிப்படுத்தவாறு காட்சியளிக்கும். ஊர் பொது கோவில் என்பதால் ஒவ்வொரு சாதியினரும் ஒரு நாள் குறித்துக்கொண்டு, அந்த நாளில் வந்து பேச்சியை வழிபட்டு செல்வார்கள். அன்று மாறனின் பெற்றோர்கள் கோவிலுக்கு சென்றபோது உறவினர்கள் அனைவரும் மாறனை விசாரித்துக் கொண்டார்கள். அன்று ஏதோ முக்கியமான தேர்வு இருப்பதால் மாறனால் வர முடியவில்லை என்பது போல் அவர்களிடம் மாறனின் அம்மா கூறிக்கொண்டாள். மாறன் குறித்து வருத்தம் லட்சுமிக்கு அதிகமாக இருந்தது.

இரவு பாதாள பேச்சி அம்மனுக்குத் தீபாராதனை நடந்தது. மேளங்கள் தனக்கே உரித்தான சத்தத்துடன் முழங்கின. விஞ்ஞானம் வளர்ந்துவிட்ட காரணத்தினால் கோவிலுக்கு மாசான ஆசாரி அன்பளிப்பாக கொடுத்த மின்சார மேளங்களும் அது பங்கிற்கு சத்தம் எழுப்பி இரவின் அமைதியை குழைத்துக் கொண்டிருந்தது. அம்மனை காண வந்தவர்கள் அனைவரும் எலுமிச்சை மாலைகளாலும், கனகாம்பர மலர்களாலும் அம்மனை அலங்கரித்து வைத்திருந்தார்கள். அம்மன் முகத்தை முழுவதும் சந்தனமும் மஞ்சளும் ஆக்கிரமித்துக் கொண்டிருந்தது. புதிய சேலைகள் அம்மன் காலுக்கு அடியில் குவிந்து கிடந்தன. பூசாரி கையில் இருந்த தட்டில் சூடம் எரிந்து கரும் புகையை கக்கிக்கொண்டிருந்தது. புகை வானத்தில் இருந்த நிலவை நோக்கி சென்று கொண்டிருந்தது. அந்த சத்தமும், அந்த சூழ்நிலையும் பலரை சாமி ஆட வைத்தது.

ஒவ்வொரு வருடமும் ஒரு சிறுவனுக்கு சாமி வந்து அவன் அந்த கூட்டத்தை வழி நடத்தி தெப்பக்குளத்திற்கு தண்ணீர் எடுக்க அழைத்து செல்வான். அந்த நிகழ்வு அங்கு விசேஷமாக நடந்து வந்தது. அந்த நிகழ்ச்சிக்கு ஒரு மாதத்திற்கு முன்பிலிருந்து அவன் கையில் காப்புக்கட்டி, அசைவம் சாப்பிடாமல் விரதம் இருந்து, அந்த சடங்கை நடத்துவான். பின் கடைசியாக அருள் இறங்கிய நிலையில் அங்குள்ளவர்களுக்கு திருநீறு பூசிவிட்டு அவர்களது குறைகளைக் கேட்டு அதற்கு தீர்வு சொல்லுவான். அந்த நிகழ்வையும், அந்த சிறுவனையும் பார்த்து மாறனை

நினைத்து லட்சுமி ஏக்கப்பட்டு கொள்வாள். அந்த வருடமும் லட்சுமியின் ஏக்கம் கடந்த வருடம் போலவே நெஞ்சில் முள்ளாக குத்திக்கொண்டே இருந்தது.

மாறன் மழையை ரசித்தவனாய் தூங்கிவிட்டான். காலை விடிந்திருந்தது. அழையா விருந்தாளியாக சூரியக் கதிர்கள் வீட்டிற்குள் பட்டொளி வீசி படர்ந்திருந்தது. கடைகள் திறந்தன, சலீம் பாய் கடையில் கோழிக்கறி அமோகமாக விற்பனை ஆகிக்கொண்டிருந்தது. மக்கள் வரிசையில் நின்று வாங்க சென்றார்கள். மாறன் தங்கியிருந்த குடியிருப்பின் அருகில் இருந்த 'உயர்நீதிமன்ற குமாஸ்தா செண்பகம்' வீட்டில் கொதித்துக் கொண்டிருந்த கறிக்குழம்பின் வாசம் மாறன் மூக்கிற்குள் நுழைந்து கறியை கடித்து, நல்லி எலும்பில் தங்கி இருக்கும் மஜ்ஜையை 'உர்ர்ர்... உர்ர்ர்...' என்று உரிவதுபோல் கனவுகளை ஏற்படுத்திக்கொண்டிருந்தது. வாயை அசைத்துக்கொண்டே தூங்கிக்கொண்டிருந்தான் மாறன். திடீரென ஒரே இரைச்சல், கனவு கலைந்தது. நல்லி எலும்பு மாறன் கையிலிருந்து மறைந்தது. கண்களை திறந்துப் பார்த்தான், அலைபேசியில் 'பல்லன்' அழைப்பு விடுத்திருந்தான். மாறன் தலையணையில் எச்சில் வடிந்திருந்தது. கைபேசியை எடுப்பதற்குள் மீண்டும் அழைத்தான் பல்லன். மாறன் கைபேசியை எடுத்து பேசினான்.

"டேய், கிளம்பி ரெடியா இரு. பத்து மணிக்கு உங்க வீட்டுக்கு வந்துருவேன். இன்னைக்கு டேனி அக்கா கல்யாணம், போயிட்டு வந்துரலாம் " என்றான்.

"டேய், நாலாம் வரல நீ போ. உனக்கு தானடா தெரிஞ்சவன், நா வந்தா நல்லா இருக்காது" என்று அரைத்தூக்கத்தில் பேசினான் மாறன்.

"வந்தா பிரியாணி சாப்பிடலாம், கிறிஸ்டின் வீட்டுக் கல்யாணம் நீயும் வந்தா சேர்ந்து போயிட்டு வந்துரலாம்னு பாத்தேன்" என்று மிகவும் அமைதியாக பேசினான் பல்லன்.

கறிக்குழம்பு வாசம் ஒருபக்கம் மாறனை நிம்மதி இல்லாமல் செய்து கொண்டிருக்க, வீட்டிலும் யாரும் இல்லை. இதெல்லாம் மாறனின் மூளையில் ஓடி, ஒரு வழியாக திருமணத்திற்கு வருவதாக பல்லனிடம் சம்மதித்துவிட்டான். சொன்னதுபோல பல்லன் காலை பத்து மணிக்கு மாறனின்

வீட்டிற்கு வந்தான். மாறன் அப்போதுதான் குளிக்க சென்றான். பல்லன் சிறிது நேரம் காத்திருந்தான். மாறன் குளித்துவிட்டு வெள்ளை நிற சட்டை, நீல நிற ஜீன்ஸ் பேண்ட் அணிந்துகொண்டு பிரியாணி சாப்பிட போகும் சந்தோஷத்தில் தயாரானான். அன்று அந்த தேவாலயத்தில் மாறனின் வாழ்க்கை வேறு விதமாக மாறப்போவதை அவன் அறிந்திருக்க மாட்டான். பல்லனின் இருசக்கர வாகனத்தில் புகை கக்க இருவரும் கிளம்பிச்சென்றார்கள்.

15. தேவதையைக் கண்டேன்

பெரியார் பேருந்து நிலையம் அருகே இருந்த தேவாலயம் மிகவும் பிரம்மாண்டமாக அலங்கரிக்கப்பட்டிருந்தது. கிறிஸ்துமஸ் மரங்கள், பூங்கொத்துகள், பன்னீர் தெளிக்கும் பொம்மை ஆகியவை தேவாலய வாசலில் மாறனையும் பல்லனையும் வரவேற்த்துக் கொண்டிருந்தது. இருவரும் உள்ளே சென்றார்கள். தேவாலயத்திற்குள் இருந்த மேடையில் மணமகன், மணமகள் நின்றுகொண்டிருந்தார்கள். அவர்களுக்குப் பின்னால் 'டேவிட் கிளாட்ஸன்.B.A வெட்ஸ் எஸ்தர் B.form' என்று ஆங்கிலத்தில் எழுதி இருந்தது. தேவாலயத்தில் போடப்பட்டிருந்த வண்ண விளக்கு வெளிச்சத்தில் அந்த பெயர்கள் மின்னிக்கொண்டிருந்தது. பல்லன் மேடையில் இருக்கும் மணமக்களைப் பார்ப்பதற்காக வாங்கிக்கொண்டு வந்த பரிசை எடுத்துக்கொண்டு மேடைக்கு கீழிருந்த வரிசையில் நின்றுகொண்டிருந்தான். தேவாலயத்தின் பின்னால் சமையல் நடந்து கொண்டிருந்தது. ஒருபுறம் கர்த்தருக்கு ஆராதனை நடந்து கொண்டிருந்தது. மாறனுக்கு சிறிது நேரத்தில் தூக்கம் வரத் துவங்கியிருந்தது. அவனை பிரியாணியின் மணம் தூங்கவிடாமல் பார்த்துக்கொண்டது. பல்லன் முன்னால் ஏறக்குறைய பத்து நபர்கள் பூங்கொத்துடன் வரிசையில் நின்றுகொண்டிருந்தார்கள். அவர்களை பார்த்துக்கொண்டே அங்கு ஒலிக்கும் பாடலுக்கு ஏற்றவாறு கண் முழுவதும் தூக்கத்துடன் தலையை ஆட்டிக்கொண்டே உட்கார்ந்திருந்தான் மாறன். அங்கு வந்தவர்கள் மாறனின் உடம்பினுள் பரிசுத்த ஆவி இறங்கி இருக்க வேண்டும் என்று நினைத்திருப்பார்கள்.

நேரம் வருடங்களாக கடந்து கொண்டிருந்தது. பிரியாணி மணம் தேவாலயம் முழுவதும் நிறைந்திருந்தது. பல்லனிற்காக காத்திருந்த மாறன் அவன் முன்னாள் இருந்த நாற்காலியில் ஏதோ பனிமலை போன்று உருண்டையாக வெள்ளை நிறத்தில் இருப்பதை கவனித்தான். அந்த வெள்ளை பனிமலை உருண்டைக்குள் இருந்தது ஒரு பெண்ணின் தலை. வெள்ளை நிற துப்பட்டாவைத் தலையை சுற்றி அணிந்தபடி ஏசுவை நோக்கித் தீவிர பிரார்த்தனையில் ஈடுபட்டுக் கொண்டிருந்தாள். அவள் தலையில் சுற்றி போட்டிருந்தத் துப்பட்டாவைப் பார்ப்பதற்கு மலையை சுற்றி

போர்த்தப்பட்டிருந்த வெள்ளை பனியைபோல் இருந்தது. காலர் வைத்திருந்த சுடிதார் அணிந்திருந்தாள். மாறனுக்கு அது புதிதாக தெரிந்தது. இதற்கு முன் பெண்கள் காலர் வைத்து சுடிதார் அணிந்து அவன் பார்த்ததில்லை.

ஒரு சிறிய குண்டு மணியை தாங்கியவாறு அவள் காதுகளில் காதணிகள் தொங்கிக் கொண்டிருந்தது. மாறனுக்கு தூக்கம் கலையத் தொடங்கியது. அவள் முகத்தை பார்க்க வேண்டும் என்ற ஆர்வம் மாறனுக்குத் தொற்றிக்கொண்டது. அவனுடைய தலையை சாய்த்து நாற்காலி இடையே அவளைப் பார்த்தான். அவள் தலையை கீழே குனிந்து வேண்டிக்கொண்டு இருந்தாள். மாறனுக்கு அவள் பாதி முகம் தெரிந்தது. சிறிய உதடு, கீழ் உதடு ஏசுவின் ரத்தத்தை போன்று சிவந்து இருந்தது. மேல் உதடு கீழ் உதட்டுடன் வேகமாக ஒட்டியவாறு முணுமுணுத்து கொண்டிருந்தது. அந்த வாயால் வேண்டிக்கொண்டால் 'ஏசுவே' நேராக வந்துக் காட்சியளித்து வரம் தந்து விடுவார் என்று எண்ணிக்கொண்டான். நெற்றியில் மிகவும் சிறியதாக சந்தனம் வைத்திருந்தாள். கடைசியாக முழு முகத்தையும் பார்த்தான், கண்களை மூடியவாறு மிகவும் சாந்தமாக இருந்தது அந்த முகம். கொக்குகளின் சிறகில் இருக்கும் வெள்ளை நிறத்தைபோல் அவள் முகம் இருந்தது. தன்னை அறியாமல் பார்த்துக் கொண்டிருந்தான் மாறன். 'புளியமரத்து முனி' கண்களை திறந்ததுபோல் திடீரென கண்களை திறந்தாள். மாறன் அவள் கண்களுக்குள் தொலைந்துவிட்டான்.

இதற்கு முன்னால் அவன் உடம்பில் ஓடாத ஏதோ ஒரு புதிய ரத்தப்பாய்ச்சலை அவனால் உணர முடிந்தது. தன்னை அறியாமல் எச்சில் விழுங்கிக்கொண்டான். கடவுளை வேண்டிக்கொண்டிருந்த பெண் கண்ணைத் திறந்தபோது அவள் முன் மாறன் காட்சியளித்தான். அவள் மாறனை திகைத்துப் பார்த்தாள். மாறன் வேகமாக நிமிர்ந்து கொண்டான். திரும்பிப் பார்ப்பாள் என்று எதிர்பார்த்து உட்கார்ந்திருந்தான், ஆனால் அவள் மீண்டும் தலையில் உள்ள துப்பட்டாவை இழுத்து சரி செய்துவிட்டு வேண்டுதலை துவங்கிவிட்டாள். துப்பட்டாவைத் தாண்டி தொங்கிக் கொண்டிருந்த அவள் முடியையும், காதுகளில் தொங்கிக் கொண்டிருந்த குண்டுகளையும் மாறன் பார்த்தவாறு உட்கார்ந்திருந்தான்.

பல்லன் ஒரு வழியாக பரிசு கொடுத்துவிட்டு மணமக்களுக்கு வாழ்த்துக்களைத் தெரிவித்துவிட்டு மாறன் அமர்ந்திருந்த இடத்திற்கு வந்தான். அவன் பல்லனை கவனிக்காமல் அவளையே பார்த்துக்கொண்டு உட்கார்ந்திருந்தான்.

"டேய், மாறா. வா போலாம் சாப்பாடு ரெடி ஆயிருச்சு" என்று மாறனை அழைத்தான் பல்லன்.

பல்லன் கேட்பதற்கு எதுவும் பதில் சொல்லாமல் மௌனமாக உட்கார்ந்திருந்தான். மாறனுக்கு பசி மறைந்துவிட்டது. அப்போது மாறனுக்குத் தேவையாக இருந்தது எல்லாம் 'அவள் யார்? எங்கு இருக்கிறாள்?' என்பதே. சிறிது நேரம் பார்த்த பல்லன் பொறுமை இழந்து அவன் சாப்பிட கிளம்பிவிட்டான். மாறன் மனதில் அன்று தோன்றிய எண்ணங்களை தன் எட்டாம் வகுப்பில் சாமுவேல் எடுத்த பாடத்தோடு ஒப்பிட்டு பார்த்துக்கொண்டான்.

ஒரு முறை சாமுவேல் வகுப்பில் காதல் குறித்து பேசினார். "ஒரு பெண்ணைப் பார்த்ததும் நமக்குள் ஏற்படும் மாற்றம், ஏன் இவகூட வாழ்க்கை பூராம் இருக்கக்கூடாதுன்னு தோணும். அவள தப்பா பாக்காது நம்ம கண்ணு, அவதான் இனிமேல் எல்லாம்ன்னு சொல்லும் நம்ம மூளை. ஏதோ ஒரு புது ரத்தம் உடம்புக்குள்ள ஓடற மாதிரி தோணும். ரசிக்க தவறிய விஷயங்களை ரசிக்க சொல்லும். அது வெறும் முதல் காதல் மட்டும் இல்ல, பசங்க, பொண்ணுங்களோட முதல் ரசனையும் கூட. அது பசுமரத்துல அடிச்ச ஆணி மாதிரி, புது உண்டியல் வாங்கி போட்ட முதல் ஒரு ரூபா மாதிரி எத்தனை வருஷம் ஆனாலும் மறையாது. நினைக்கறப்ப எல்லாம் வீரியமா இருக்கும். மனசுக்குள்ள தேனா, காய்ச்சலா, எல்லாமுமா இறங்கும். காதல் ரொம்ப புனிதமான ஒன்னு. நம்ம வாழ்க்கைல யாரு வருவாங்கன்றதும் மரணம் மாதிரி தான், சொல்லவே முடியாது. அப்படி வந்தவங்க கூட கடைசி வர நீங்க இருக்கணும், அவுங்களும் உங்களுக்காக இருப்பாங்க" உணர்ச்சிவசத்தில் சாமுவேல் வாத்தியாருக்கு வகுப்பெடுக்கும்போதே வியர்த்தது.

சாமுவேல் சொன்ன அனைத்தும் மாறன் தலைக்குள் ஓடியது. சரியான நேரத்தில் அவர் சொன்ன வார்த்தைகள் தனக்கு நினைவில் வர என்ன காரணம்? உலகம் அதிசயங்களாலும் அற்புதங்களாலும் நிறைந்திருந்தது என்று நினைத்துக்கொண்டான்.

பல்லன் வயிறு நிரம்ப சாப்பிட்டுவிட்டு வந்தான். மாறன் அதே இடத்தில் அப்படியே உட்கார்ந்திருந்தான். மாறனை கவனித்தான் பல்லன்.

"பல்லா, எனக்கு அந்த பொண்ணு நம்பர் வேணும்டா!!" என்று திருவிழாவில் பொம்மை கேட்கும் குழந்தையைப்போல் கேட்டான் மாறன்.

பல்லன் அந்த பெண்ணை கவனித்தான். அவள் அமைதியாக தீவிரமான பிராத்தனையில் ஈடுபட்டிருந்தாள்.

"என்ன விளையாடுறியா, நம்பர் வேணுமாம்ல" என்று கடிந்து கொண்டான் பல்லன்.

"சரி, நம்பருக்கு என்ன பண்ணலாம்னு சொல்லு" என்றான் மாறன்.

"ம்ம்ம்.." என்ற வக்கனையோடு பேசத் துவங்கினான் "அந்த கடவுள்தான் வந்து நம்பர் வாங்கி தரணும்" என்று எலக்காரமான தோனியில் சொல்லி முடித்தான்.

பல்லன் பேசிக்கொண்டிருக்கும்போதே தேவாலயத்தில் இருந்த ஒரு சகோதரி அங்கு வந்திருந்த அனைவரிடமும் விண்ணப்ப படிவம் ஒன்றை கொடுத்து, அதை பூர்த்தி செய்யுமாறு கூறினாள். அந்த விண்ணப்பத்தைப் பூர்த்தி செய்பவர்களுக்கு அவர்களுடைய குறைகளுக்காகவும் , தேவைகளுக்காகவும் ஆண்டவரிடத்தில் விசேஷமாக பிரார்த்தனை செய்யப்படும் என்று சொன்னாள். அனைவரும் அந்த விண்ணப்பத்தை பூர்த்தி செய்தார்கள். அந்த பெண்ணும் அந்த விண்ணப்பத்தில் அவள் பெயர், முகவரி, தொலைபேசி எண்ணை எழுதினாள். பின்னால் வரிசையில் இருந்து அந்த பெண்ணின் படிவத்தை எட்டிப் பார்த்தான் மாறன். படிவத்தில் அவள் பெயர் "விஜி" என்று குறிப்பிட்டிருந்தது.

'கேட்காமல் எடுத்துக் கொள்வதே சுதந்திரம்' என்பது போல மேற்படியான விஜியின் விவரங்களை அந்த விண்ணப்பத்தில் இருந்தே எடுத்துக்கொண்டான் மாறன். "கடவுளே அவ நம்பரை குடுத்துட்டாரு டா" என்றவாறு பல்லன் பினாத்திக் கொண்டிருந்தான். மாறனும் மனதில்

அப்படி நினைத்திருக்கக்கூடும். அவளைப் பார்த்த பின்பு மாறனுக்கு அன்றைய நாள் நொடிகளாக கழிந்திருந்தது. அதற்குப்பின் நடந்த நிகழ்வுகளால் விதிக்கும், விஜிக்கும் இடையில் மாட்டிக்கொண்டு தவித்தான் மாறன்.

16. முதல் காதல்

அன்று இரவு வீட்டின் மொட்டை மாடியில் தனியாக நின்றுகொண்டிருந்தான் மாறன். காலையிலிருந்து எதையோ இழந்ததுபோல உணர்ந்திருந்தான். ஒரு வேலை அது இதயமாக கூட இருக்கலாம். அவன் கைபேசியில் விஜியின் நம்பரை பதிந்து வைத்து இருந்தான். அவளை அழைக்க சொல்லி மாறன் மனது துடித்துக்கொண்டிருந்தது. புகைபிடி என்று சொல்லும் மூளையை முதல் முறையாக எதிர்த்துப் போரிட்டது மாறனின் உணர்ச்சி. அன்றிரவு பதட்டமாக இருந்தாலும் மாறன் புகை பிடிக்கவில்லை. தகரத்தில் விழுந்து சிதறும் மழையின் ஒலியைபோல மாறன் மனதில் ஒரே சத்தம். பின் கலங்கிய ஓடை தெளிவானது போல், தெளிவாக அமைதியாக சிந்தித்து விஜி கைபேசிக்கு 'ஹாய்' என்று குறுந்தகவல் அனுப்பினான்.

அனுப்பிய மறுகணமே பதற்றம் மீண்டும் தொற்றிக்கொண்டது. இதயம் தாறுமாறாக அடித்துக் கொண்டது. அப்போதெல்லாம் 'டெக்ஸ்ட் மெசேஜ்' தான் அனைவருக்கும் தெரியும், வாட்சப் போன்ற குறுந்தகவல் அனுப்பும் செயலி இல்லை. இப்போது வாட்ஸப்பில் ஸ்டேட்டஸ் போடுவது போல அப்போது 'ஃபார்வேட் மெசேஜ்'கள் வலம் வந்து கொண்டிருக்கும் . மாறன் நோக்கியா கைபேசியில், விஜிக்கு குறுந்தகவல் அனுப்பிவிட்டுத் தேர்வு முடிவிற்காக காத்திருக்கும் மாணவன்போல பதட்டத்துடன் காத்திருந்தான். திடீரென மாறனின் கைபேசி 'டிலி.. லி லிலிலி.. டிலி லி லி...' என்று அலறியது. அது குறுந்தகவல் வந்திருக்கிறது என்று சொல்லும் சத்தம். மாறன் வேகமாக பார்த்தான், விஜி மறு தகவல் அனுப்பி இருந்தாள். மாறன் மனதிற்குள் குளிர்ந்த காற்று அடிப்பதைபோல் இருந்தது. விஜி அனுப்பிய தகவலைத் திறந்து பார்த்தான்.

மாறன் அனுப்பிய 'ஹாய்' என்ற குறுந்தகவலுக்கு "ஹூ ஆர் யூ?" என்று பதில் தகவல் அனுப்பியிருந்தாள் விஜி.

மறுதகவல் வந்ததும் மாறன் தாங்கிக்கொள்ள முடியாத பேரின்பத்திற்கு உள்ளானான். மகிழ்ச்சியில் தொடர்ந்து குறுந்தகவல் அனுப்பிக்கொண்டிருந்தான்.

"நா உங்கள இன்னைக்கு சர்ச் ல பாத்தேன், ரொம்ப அழகா இருந்திங்க.
உங்கட்ட பேசணும்னு தோணுச்சு, அதான் மெசேஜ் பண்ணேன்" என்று பக்குவமில்லாமல் அவன் வயதுக்கு ஏற்றவாறு பேசினான்.

அவன் அனுப்பிய குறுந்தகவலிலிருந்து மாறனின் மனநிலையை அவள் ஓரளவு அறிந்துகொண்டாள்.
அன்றளவில் இது போன்று அறியாத நபர்களிடமிருந்து குறுந்செய்தி வருவது இயல்பான ஒரு விஷயமாக இருந்தது. மாறன் அனுப்பியதையும் பத்தோடு பதினொன்றாக விஜி நினைத்தாள். ஆனால் மாறன் அவர்களிலிருந்து வித்தியாசமானவன் என்று அப்போது அவள் அறிந்திருக்கவில்லை. மாறனின் ஆசைக்கு அன்று அண்டம் உதவிக்கொண்டு இருந்தது.

பதிலுக்கு விஜியும் பேசிக்கொண்டு இருந்தாள்.

"சரி, என்னோட நம்பர் எப்படி உங்களுக்கு கெடச்சது. யாரு குடுத்தாங்க?"

"ஜீசஸ் குடுத்தாரு" என்றான் மாறன்.

இந்த பதிலை விஜி எதிர்பார்த்திருக்கவில்லை, அவள் மெதுவாக சிரித்தாள்.

அன்று காலை தேவாலயத்தில் நடந்த நிகழ்வுகளை மாறன் விஜியிடம் கூறினான். சிறிது நேரத்தில் மாறனின் பேச்சு விஜியைக் கவர்ந்திருந்தது. அன்று இரவு இருவரும் அறிமுகமாகிக் கொண்டார்கள்.

அறிமுகமாகிக் கொண்டதற்கு பின்புதான் மாறனுக்குத் தெரிய வந்தது, விஜி மாறனை விட ஐந்து வருடம் மூத்த பெண்ணென்று. 'விஜி பிறந்து இந்த உலகை பார்த்து, அம்மா அப்பா என்று மழலை மொழியில் பேசி, எழுந்து நடந்ததற்கு பிறகு தான் மாறன் பிறந்திருக்க வேண்டும்!!' அன்று திருமணம் நடந்த மணப்பெண்ணின் சக தோழி தான் விஜி, மதுரையில் உள்ள பார்மசி கல்லூரியில் கடைசி வருடம் படித்துக்கொண்டிருந்தாள். விஜியின் சொந்த ஊர் நாகர்கோவில் மாவட்டத்தில் உள்ள துறையூர் என்ற கிராமம். கடலை ஒட்டி இருந்தது அவளுடைய வீடு. மீனவ

சமுதாயத்தில் இருந்து வந்தவள். அவளுடைய குடும்பமே தீவிரமான கடவுள் வழிபாட்டாளர்களாக இருந்தார்கள். விஜியின் அக்கா திருமணம் செய்து கொள்ளாமல் நாகர்கோவிலில் உள்ள ஒரு தேவாலயத்தில் கர்த்தருக்கு ஊழியம் செய்ய கன்னியாஸ்திரியாக சென்றுவிட்டாள். விஜி மேற்படிப்பிற்காக மதுரையில் உள்ள கல்லூரியின் விடுதியில் தங்கி படித்துக்கொண்டிருந்தாள்.

பேசிய ஒரு வார காலத்தில் விஜியிடம் இருந்து இவை அனைத்தையும் தெரிந்துகொண்டான் மாறன். அவனும் தான் பொறியியல் கல்லூரியில் படிப்பதாக கூறி கொண்டான். ஆனால் மாறனோ பன்னிரெண்டாம் வகுப்புதான் படித்துக்கொண்டிருந்தான். மாறனுக்கும் விஜிக்கும் இடையே வயது, மதம், சாதி என பல முரண்பாடுகள் இருந்தாலும், காதல் யாரை விட்டது? "All is fair in love and war", என்று சொல்வார்களே அதுபோல மாறனும் அவன் சொல்லும் பொய்கள் அனைத்தும் காதலுக்காக என்று நினைத்துக்கொண்டான்.

காலம் உலக வாசிகள் கஷ்டத்துக்கும், சந்தோஷத்திற்கும், செவி சாய்க்காமல் கடந்து கொண்டிருந்தது. மாறன் வீட்டிற்கு தெரியாமல் விஜியுடன் நாகர்கோவிலுக்கு இரவு பேருந்தில் ஒன்றாக பயணிப்பதற்காக அவள் வசித்துக்கொண்டிருந்த பகுதியில் அவளுக்காக காத்திருந்தான். வீட்டில் 'இண்டஸ்ட்ரியல் விசிட்'காக பள்ளியில் இருந்து அழைத்து செல்கிறார்கள் என்று பொய் சொல்லிவிட்டு சென்றிருந்தான். இன்னும் இரண்டு நாட்களில் பன்னிரெண்டாம் வகுப்பு பொது தேர்வு ஆரம்பமாக இருந்தது. பன்னிரெண்டாம் வகுப்பு பொது தேர்வு எழுதபோகும் மாணவர்களெல்லாம் படித்துக்கொண்டிருக்கையில், மாறன் காதலித்துக்கொண்டிருந்தான். விஜி மாறனுக்கு இன்று இரவு முத்தம் கொடுப்பதாக சொல்லியிருந்தாள். மாறன் நாகர்கோவிலுக்கு விஜியுடன் சென்றவாறு கற்பனை செய்து கொண்டிருந்தபடி காத்திருந்தான். இவர்கள் இவ்வளவு நெருக்கமாவதற்கு காரணமாக இருந்தது அந்த இரண்டு சம்பவங்கள் தான்.

17. ஜூன்

முதலில் குறுந்தகவலில் ஆரம்பித்தது பிறகு கைபேசியில் மணிக்கணக்கில் பேசும் அளவிற்கு வளர்ந்திருந்தது. விஜியை முதல் முறை நேரில் பார்க்க சென்றது மாறனுக்கு மறக்க முடியாத நிகழ்வாக இருந்தது. ஜூன் மாதம் இருபத்தி இரண்டாம் தேதி மாறனின் பிறந்த நாள். அப்போது அவளை பார்க்க வேண்டும் என்று மாறன் நினைத்தான். விஜி முதலில் ஒத்துக்கொள்ளவில்லை என்றாலும், அவளிடம் பேசி சம்மதிக்கவைத்து பார்க்க சென்றான்.

பொதுவாக ஜூன், மாறனுக்கு மிகவும் பிடித்த மாதமாக இருந்தது. வருடத்தில் ஜூன் மாதம், அனைத்து கவலைகளும் நீங்கி, சகல தேவைகளையும் பெருக்கித் தரும் ஒரு அற்புதமான மாதமாக இருக்கும் என்று நம்பினான். 'வருடத்தில் பாதி ஜூன் தரும் நல்ல சேதி' என்று யாரோ அவன் மனதுக்குள் பதிய வைத்திருந்தார்கள். 'இப்பொழுது ஜூன் மாதத்தை மேற்கத்தைய நாடுகளில் 'pride month' என்று கொண்டாடுகிறார்கள்' இன்னும் உலகத்தில் பல இடங்களில் பல காரணங்களில் ஜூன் மாதம் கொண்டாடப்படுகிறது. அன்று அவன் விஜியை பார்ப்பதற்கு ஜீனும் ஒரு காரணமாக இருந்தது.

மாறன் பிறந்தநாள் அன்று விஜியை முதல் முறையாக பார்க்க சென்றான். மாடியில் இருந்த தொட்டியில் தண்ணீர் தீரும்வரை குளித்துவிட்டு பிறந்தநாளுக்கு வாங்கிய புதிய ஆடையை அணிந்துகொண்டு மகிழ்ச்சியாக சென்றான். அவள் கல்லூரி விடுதிக்கு வெளியே காத்திருந்தான். சிறிது நேரத்தில் விடுதியின் பின் வாசல் வழியாக வெளியே வந்தாள் விஜி. அன்று சர்ச்சில் அணிந்திருந்த அதே காலர் வைத்த வெள்ளை நிற சுடிதார். அவளை பார்த்து சூரியன் மங்கிப்போனது. காலை பத்து மணிக்கு மாறன் இருட்டாக உணர்ந்தான். இருட்டை விளக்கிய ஒளியாக வெள்ளை நிற ஆடையில் பிரகாசமாக விஜி நடந்து வந்தாள். அவள் கண்களில் இட்டிருந்த மையிற்கு அடிமையாகி போனான் மாறன். அன்று சர்ச்சில் சரியாக பார்க்க முடியவில்லை. ஆனால் அன்று விஜியின் அழகில் கண்களை சிமிட்டவும் மறந்து போனவனாக நின்றான்.

மாறனைப் பார்த்ததும் சிரித்தாள் விஜி. அவளுடைய சீரான பல் வரிசையும், அழகான உதடுகளும் மாறன் மனதை

கவர்ந்திழுத்தது. மாறனைவிட விஜி கொஞ்சம் குள்ளமாக இருந்ததால், அவளுடன் சேர்ந்து நடக்கும்போது மாறனுக்கு கொஞ்சம் சௌகரியமாக இருந்தது. மாறனின் பிறந்த தினம் என்பதால் விஜியை கோவிலுக்கு அழைத்தான், ஆனால் அன்று அவளுக்கு மாதவிடாய் நாட்களாக இருந்ததால் கோவிலுக்கு வர மறுத்தாள். பெண்கள் மாதவிடாய் குறித்து பள்ளிக்கூடத்தில் நண்பர்களுடன் கிண்டல் அடித்து பேசி விளையாண்டதோடு சரி, அதை தாண்டி மாறனுக்கு வேறொன்றும் தெரிந்திருக்கவில்லை. சில சமயங்களில் அறியாதவர்களாலே பல மூடநம்பிக்கைகள் உடைக்கப்படுகிறது. விஜியை சமாதானம் செய்து மீனாட்சி அம்மன் கோவிலுக்கு அழைத்து சென்றிருந்தான்.

அழகான சூழலில் மீனாட்சி அம்மன் கோவில் நடுவே இருந்த தெப்பக்குளத்தின் படியில் உட்கார்ந்திருந்தார்கள். குளத்தின் நடுவே தங்க முலாம் பூசப்பட்ட தாமரை மிதந்து கொண்டிருந்தது. காற்று இலகுவாக அடித்து விஜியின் முடியை பறக்க செய்துகொண்டிருந்தது. கோவிலில் ஆங்காங்கே அம்மன் பாடல்களும், மந்திரங்களும் ஒலித்துக்கொண்டிருந்தது. விஜி மாறனுடன் கைபேசியில் நன்றாக பேசி பழகி இருந்ததால் அன்று அவன் புதிதான ஆள்போல் அவளுக்குத் தோன்றவில்லை சகஜமாக பேசிக்கொண்டாள். சூழலையும், விஜியையும் ரசித்தவனாக மாறன் பேசத் துவங்கினான்.

'பெர்சி.." என்று விஜியை பார்த்து அழைத்தான் மாறன். விஜியின் இயற்பெயர் அருள் பெர்சி. அழைப்பதற்கு சுலபமாக இருக்க வேண்டும் என்பதற்காக விஜி என்று வீட்டிற்குள் அழைப்பார்களாம். பின் அதுவே பெயராகிப் போனது. முக்கியமான சான்றிதழ்களில் மட்டும் அருள் பெர்சியாகவும் மற்ற இடங்களில் விஜியாகவும் வாழ்ந்து வந்தாள். இதை ஒரு முறை மாறனிடம் கைபேசியில் பேசிக்கொண்டிருக்கும்போது சொல்லியிருந்தாள். அதை நினைவுபடுத்தி அப்போது அவளை பெர்சி என்று அழைத்தான். விஜி தன் பெயரை அன்று புதிதாக உணர்ந்தாள். தன்னைதான் அழைக்கிறான் என்று நினைவுபடுத்திக்கொண்டு இரண்டு புருவங்களையும் தூக்கி, உதடுகளை குவித்துக்கொண்டு, என்ன என்றவாறு முகபாவனையில் குழந்தையைபோல் கேட்டாள்.

"இல்ல... அருள் பெர்சிதான உன்னோட உண்மையான பேரு, சும்மா கூப்பிட்டு பார்த்தேன்" என்றான் மாறன்.

விஜி மாதவிடாய் ஆனதால் அந்த தருணம் அவளுக்கு சமாதானமாக இருக்கவில்லை அமைதியாக இருந்தாள், சிறிது சோர்வாக காணப்பட்டாள். மாறன் பேசிக்கொண்டே இருந்தான். அவள் ஆர்வம் காட்டாதவளாக பதில் சொல்லிக்கொண்டிருந்தாள். அதையெல்லாம் மாறனுக்கு அப்போது புரிந்துகொள்ளும் பக்குவம் கிடையாது. ஆனால் விஜி மாறனை புரிந்து வைத்திருந்தாள். மாறன் பேசியதை கேட்டுக்கொண்டே உட்கார்ந்திருந்தாள். திடீரென மாறன் விஜியை பார்த்து அதை சொன்னதும் அவளுக்கு கோபம் துப்பாக்கியில் இருந்து தோட்டா துளைத்துக்கொண்டு வருவதைபோல் வந்தது. அந்த தினம் அப்படியாகும் என்று மாறன் நினைத்திருக்கவில்லை.

18. காதல் தேர்வு

மீனாட்சி அம்மன் கோவில் தெப்பக்குளத்தின் படிகளில் கிடந்த தானியங்களை புறாக்கள் சாப்பிட்டுக் கொண்டிருந்தது. ஒரு சில புறாக்கள் மாறன் பேசுவதை கவனித்துக் கொண்டிருந்தது. மாறன் எதைப்பற்றியும் யோசிக்காமல் தன்னுடைய காதலை விஜியிடம் கூறினான். சூழ்நிலை சமாதானமாக இல்லாத நிலையில் விஜி மாறன் சொன்னதைக் கேட்டதும் கோபமானாள்.

"நீ தெரிஞ்சுதான் பேசுறியா மாறா, இப்பதான் காலேஜ் செகண்ட் இயர் படிக்கிற நீ, நான் பைனல் இயர். உன்னைவிட ரெண்டு வயசு எனக்கு அதிகம்" என்று சாந்தம் இழந்த முகத்தோடு பேசினாள் விஜி.

மாறன் தான் கல்லூரி இரண்டாம் ஆண்டு பயில்வதாக முன்பு பேசும்போது சொல்லியிருந்தான், அதை வைத்து மாறன் வயதை விஜி கணக்கிட்டு இருக்க வேண்டும். விஜியின் கோபத்தை மாறன் பெரிதாக எடுத்துக்கொள்ளவில்லை. மாறன் எதுவும் பேசாமல் அமைதியாக இருந்தான். புறாக்கள் இடம்விட்டு இடம் மாறி பறந்து கொண்டிருந்தன. திடீரென அவர்கள் உட்கார்ந்திருக்கும் இடத்திற்கு ஒரு காவல்துறை அதிகாரி வந்தார். அவரை பார்த்ததும் இருவருக்கும் நடுக்கம் ஏற்பட்டது. தமிழ்நாட்டு காவல்துறையினருக்கான அனைத்து லட்சணமும் அவரிடம் இருந்திருந்தது. அவரை பார்த்ததும் இருவரும் எழுந்து நின்றார்கள்.

"யாருப்பா நீங்க? எதுக்கு இங்க உக்காந்திருக்கீங்க?" என்று விஜி மற்றும் மாறனின் தலைமுதல் கால் வரை பார்வையிட்டவராக கேட்டார்.

அவரிடம் என்ன சொல்வதென்று மாறன் யோசித்துக்கொண்டு நின்றிருந்தான். பயம் மனதில் இருந்தாலும் இருவரும் முகத்தில் காட்டிக்கொள்ளவில்லை. விஜி பேசினாள்,

"சார், என்னோட தம்பி தான் சார் இவன். கோயிலுக்கு வந்தோம் அப்டியே கொஞ்ச நேரம் இங்க காத்தார உக்காந்துருக்கலாம்னு இருந்தோம் சார்" என்று சாந்தமாக சொன்னாள் விஜி.

அவள் சொன்ன காரணத்தை அவர் மனது ஏற்றுக்கொண்டதுபோல தெரிந்திருந்தது. "இவ இப்படி முகத்தை வச்சுக்கிட்டு சொன்ன, அந்த கடவுளே சரின்னு கேட்டுக்குவாரு. இவரு என்ன வெறும் போலீஸ் தானே" என்று மனதுக்குள் நினைத்துக்கொண்டான் மாறன்.

காவல்துறை அதிகாரியின் பார்வை மாறனை நோக்கித் திரும்பியது. கேள்விகள் மாறனை நோக்கி வீசப்பட்டது .

"இந்த பொண்ணு உன்னோட அக்காவாடா?" என்று அதிகாரி மிரட்டும் தொனியில் கேட்டார். அன்று மாறன் வாழ்க்கையில் மிகவும் தர்மசங்கடமான கேள்விக்கு பதிலளிக்கத் தயாரானான். காவல்துறை அதிகாரியின் கேள்வியையும், மாறன் காத்த மௌனத்தையும் பார்த்த விஜிக்கு சிரிப்பு வந்தது, அடக்கிக்கொண்டு நின்றாள்.

காவல்துறை அதிகாரி விடுவதாக இல்லை மாறனைப் பார்த்துக்கொண்டே இருந்தார். வேறு வழியில்லாமல் "ஆமா" என்றவாறு தலையை அசைத்தான் மாறன். புறாக்கள் படியில் கிடந்த தூசி கிளம்ப "பட... பட... பட..." வென இறக்கைகளை அடித்துக்கொண்டு பறந்தன. சமாதானம் ஆகாத காவல்துறை அதிகாரி விஜியை நோக்கி மீண்டும் கேள்விகளை பாயவிட்டார்.

"நீங்க எந்த ஊருமா?"

"நாகர்கோவில் சார்" என்றாள் விஜி.

போலீஸ்காரரர் பேசிக்கொண்டிருக்கும்போதே அவர் தொப்பையை தாங்கிக்கொண்டிருந்த பெல்ட்டில் சொருகி வைத்திருந்த 'வாக்கி டாக்கி' இறைந்து கொண்டு, அதில் யாருடைய குரலோ விட்டு விட்டு கேட்டு 'க்கீகீகீ...ச்' என்ற சத்தத்துடனும் ஓவர் என்ற வார்த்தையுடனும் அமைதியானது. போலீஸ்காரரர் மனம் அதை நோக்கிபோக "சரி கிளம்புங்க இங்கலாம் உட்காரக்கூடாது, அம்மா அப்பா கூட வாங்க" என்று எச்சரித்து அனுப்பினார்.

மாறனும் விஜியும் அடுத்த நொடியே கோவிலைவிட்டு வெளியே வந்தார்கள். விஜி மாறனிடம் எதுவும் பேசவில்லை. மேலமாசி வீதியில் பேருந்து ஏறுவதற்காக நடந்து

கொண்டிருந்தார்கள். மக்கள் கூட்டமாக அலைந்து கொண்டிருந்தார்கள். ஆடை கடைகளில் கூட்டம் அலைமோதிக் கொண்டிருந்தது. ரோட்டு கடைகளிலும் பெரிய கடைகளுக்கு இணையாக போட்டி போட்டு வியாபாரமாகிக் கொண்டிருந்தது. கடும் இரைச்சலுக்கு இடையில் மாறனும் விஜியும் பேருந்து ஏறினார்கள்.

பேருந்தில் விஜி பக்கத்தில் உட்கார்ந்திருந்தான் மாறன். விஜியின் தோள் அவன் மீது உரசியது. மனதிற்குள் உணர்ச்சிகள் இருந்தாலும் வெளிப்படுத்தாதவனாக உட்கார்ந்திருந்தான். பேருந்து கிளம்பி சிறிது நேரத்திற்கு விஜி எதுவும் பேசவில்லை, மாறனும் 'அதட்டும் அம்மாவின் சொல்லுக்கு பயந்து அமைதியாக அமர்ந்து வரும் குழந்தையைபோல' வந்தான். வாழ்நாள் முழுவதும் அந்த தோள் தன் கைகளில் உரசிக்கொண்டிருக்க வேண்டும் என்று நினைத்திருந்தான். துளியளவு காமமில்லா காதலில் நிறைந்திருந்தான் மாறன். அந்த சந்தோசம் சிறிது நேரத்தில் முடிவுக்கு வந்தது. பேருந்து விஜி வசிக்கும் இடத்திற்கு வந்து சேர்ந்தது.

பேருந்து நிலையத்தில் இருந்து கல்லூரி விடுதிக்கு விஜியுடன் நடந்து சென்றான் மாறன். விஜி மௌனமாக நடந்து கொண்டிருந்தாள். மாறன் பேசத் துவங்கினான்.

"விஜி, சாரி. நான் தான் தெரியாம சொல்லிட்டேன், ஆனா என்னோட மனசுல இருந்தததான் சொன்னேன். அதுக்காக ஏன் பேசாம வர. ஏதாச்சும் பேசு" என்று குழந்தையைபோல் பேசிக்கொண்டு வந்தான் மாறன்.

விஜி பிரம்மை தெளிந்தவள்போல் பேச ஆரம்பித்தாள். சூரியன் மறையத் தொடங்கி இருந்தது.

"அதுக்காக இல்ல, நான் வேற ஒரு பிரச்சனைய நினச்சு கொஞ்சம் டிஸ்டர்ப் ஆகிட்டேன். சாரி என்னால இன்னைக்கு உன்னோட பர்த்டே மூடும் ஸ்பாயில் ஆயிடுச்சு. இதுல அந்த போலீஸ்காரர் வேற" என்று சிரித்துக்கொண்டாள்

விஜியின் அந்த சிரிப்பில் ஒரு நொடியில் பளிச்சென்று வெட்டிவிட்டு செல்லும் மின்னலைப்போல் அவள் பற்கள் வரிசை ஒரு நொடியில் தெரிந்து மறைந்தது. மாறனுக்கு விஜியை இறுக்கமாக கட்டி அணைத்துக்கொள்ள வேண்டும்

போல் இருந்தது. அதே சமயம் தண்ணீரும் தவித்தது. மனம் காதல் போதையை அனுபவித்துக் கொண்டிருந்தது. விஜியின் தங்கும் விடுதி வந்தது.

"சரி மாறா, பாக்கலாம். இன்னொரு தடவ ஹாப்பி பர்த்டே டு யு" என்று சோர்வாக சொன்னபடி கைகளை நீட்டினாள். மாறனும் கைகுலுக்கிக் கொண்டான்.

"நான் கோவில்ல வச்சு சொன்னதுக்கு நீ ஒன்னும் சொல்லலையே" என்றான் மாறன்.

"சொல்றதுக்கு ஒண்ணுமே இல்லை மாறா. நான் உன்னைவிட பெரிய பொண்ணு, நம்மளோட எல்லாமும் வேற. இது நடக்காது. நீ காலேஜ் செகண்ட் இயர்னு சொன்னேல்ல, அந்த ஒரு காரணத்துக்காகதான் உன்ட பேசுனேன். நீ என்னைவிட சின்ன பையன் இல்லைனா பேசிருக்க கூட மாட்டேன். என்னைவிட சின்ன பையன எப்படி லவ் பண்ணி, கல்யாணம்.. நெனச்சு கூட பாக்க முடியல" என்றாள். விஜியின் முகத்தில் கோபம் பரவ ஆரம்பித்திருந்தது.

"சரி போ உங்க காலேஜ் வந்துருச்சு" என்று கோபத்துடன் பேசினான் மாறன்.

"டேய் என்ன, ஏன் இப்படி பேசுற" என்றாள் விஜி.

"அப்புறம் என்ன லவ் பண்றேன்னு சொன்னா ஒன்னு பண்றேன்னு சொல்லு, இல்ல இல்லைன்னு சொல்லு. அத விட்டு நீ சின்ன பையன்னு சொல்லிட்டு இருக்க, அதான் எனக்கே தெரியுமே" என்றான் மாறன்.

"ஏண்டா எல்லாரும் ஒரே மாதிரியே டார்ச்சர் பண்றீங்க" என்று கத்திவிட்டு வேகமாக கல்லூரி விடுதிக்கு நடந்து சென்றுவிட்டாள். மாறனும் கோபமாக வீட்டிற்கு சென்று விட்டான். சூரியன் நன்றாக மறைந்து இருள் பரவி இருந்தது.

விஜியிடம் பேச ஆரம்பித்ததில் இருந்து மாறன் செயல்களில் பெரிய மாற்றம் தெரிந்திருந்தது. முன்புபோல் ரௌடிகளிடம் பழகுவதில்லை, சிகரெட் பிடிப்பதில்லை, மது அருந்துவதில்லை, அதற்கெல்லாம் ஒரு படி மேலாக காதல் என்ற போதையில் விழுந்திருந்தான். வீடு, பள்ளிக்கூடம், விஜி என்று அவன் வாழ்க்கை சென்று கொண்டிருந்தது.

அன்று விஜியிடம் கோபித்துக்கொண்டு வந்ததும் வீட்டு மாடியில் தண்ணீர் தொட்டியின் அருகே கைபேசியைப் பார்த்தவாறு நின்றிருந்தான். தூரத்தில் யார் வீட்டிலோ "கண்ணுக்கொரு வண்ணக்கிளி, காதுக்கொரு கானக் குயில், நெஞ்சுக்கொரு வஞ்சிக்கொடி நீதானம்மா..." என்று ஓடிக்கொண்டிருக்கும் பாடல் மாறன் காதுகளில் கேட்டுக்கொண்டிருந்தது. விஜிக்கு அழைக்க சொல்லி மனம் துடித்துக் கொண்டிருந்தது. எப்போதும் எட்டு மணிக்கு விஜியே அழைத்து விடுவாள், அன்று அவளிடம் இருந்து அழைப்பு வந்திருக்கவில்லை. பொறுமை இழந்த மாறன் அவளை அழைத்தான். முழுமையாக அழைப்பு சென்று பதிலளிக்காமல் துண்டிப்பானது. விஜி அழைப்பை ஏற்கவில்லை என்ற கோபத்தில் அங்கும் இங்கும் மாடியில் பாடலை கேட்டுக்கொண்டு பூனையை போல் நடந்து கொண்டிருந்தான். மூளையும் மனதும் பிணாத்திக்கொண்டிருந்தது. திடீரென மாறன் கைபேசிக்கு பல்லன் ஒரு ஃபார்வேட் மெசேஜை அனுப்பியிருந்தான். அதை திறந்து பார்த்தான் மாறன்.

"ஆனார பட்ட சச்சின் டெண்டுல்கரே அவரைவிட ஆறு வயது பெரிய பொண்ணதான் கல்யாணம் பண்ணிருக்காரு, அதனால தைரியமா உங்க காதலை வெளிப்படுத்தி, நீங்களும் உங்க காதல்ல செண்சுரி அடிங்க. Good Night have a sweet dreams" என்று எழுதி இருந்தது. இந்த மெசேஜை பார்த்து சிரித்துக்கொண்டான் மாறன். அவனுடைய சூழ்நிலைக்கு அந்த மெசேஜ் பதில் சொல்லும் விதமாக அமைந்திருந்தது.

அந்த மெசேஜை விஜிக்கு பார்வேர்ட் செய்துவிட்டு கைபேசியை பார்த்துக்கொண்டே இருந்தான். மாறனுக்கு மகிழ்ச்சி தரும் விதமாக விஜியிடம் இருந்து ஒரு தகவல் வந்திருந்தது.

அதில் "ரொம்ப சேட்டை டா உனக்கு, பேசாம படுத்து தூங்கு. Good Night, Sweet dreams" என்று எழுதி இருந்தது. அவளுடைய அந்த உரிமையான வார்த்தைகள் அன்று இரவு மாறனை நிம்மதியாக தூங்க வைத்தது. மாறனின் 'சிண்ட்ரெல்லா தேசம்' ஜெகஜோதியாக மின்னிக்கொண்டிருந்தது.

19. சிண்ட்ரெல்லா தேசம்

முழுமையாக விஜி மட்டுமே மாறன் வாழ்க்கையாக மாறி போய் இருந்தாள். கடவுள் அனுப்பிவைத்த தேவதையாகவே அவளைப் பார்த்தான் மாறன். பன்னிரெண்டாம் வகுப்பில் படிப்பை கவனிக்காமல், விஜியை எப்படி காதலிக்க வேண்டும், எப்படி அவளோடு வாழ வேண்டும் போன்றவற்றை சிந்தித்துக் கொண்டிருந்தான். கற்பனையில் ஒரு தேசத்தையே உருவாக்கி வைத்திருந்தான் மாறன். அதற்கு 'சிண்ட்ரெல்லா தேசம்' என்று பெயர் சூட்டி இருந்தான்.

அந்த தேசத்தில் அவர்கள் இருவர் மட்டும் வசித்தார்கள். அவர்களுக்கு பணிவிடை செய்வதற்காக தேவலோகத்தில் இருந்து தேவதைகள் வந்திருந்தார்கள். தேவதைகளுக்கெல்லாம் அரசியாக விஜி இருந்தாள். விஜியின் வார்த்தைக்கு அந்த தேசம் கட்டுப்பட்டது. வெள்ளை நிறத்தில் வானுயர இருந்த அரண்மனையில் ராணியாக வாழ்ந்தாள். அவர்களோடு இணைந்து கடல்களும், மரங்களும், அருவிகளும், மலைகளும், பறவைகளும் மற்றும் விலங்குகளும் வசித்தன. அவைகளுக்கு பிரதான பணியாக ராணியையும் ராஜாவையும் களிப்பூட்டுவதற்கு கட்டளைகள் பிறப்பிக்கப்பட்டிருந்தது. ராணியின் பற்களை போன்ற வெண்மையான தண்ணீரை தாங்கிக் கொண்டிருந்தது சிண்ட்ரெல்லா தேசத்தின் கடல். மரங்களிலும், மலைகளிலும் பூக்கள் பூத்துக் குலுங்கின. நிலம் முழுவதும் பூக்களால் நிரம்பப்பட்டிருந்தது. நீல வானமும், வெண்மையான கடலும், பச்சை நிலப்பரப்புகளும் சிண்ட்ரெல்லா தேசத்தை மெருகேற்றி கொண்டிருந்தது.

ராணி அரண்மனையில் இருந்து வெளியே வந்ததும் சூரியன் மேகத்துக்குள் மறைந்து கொண்டது. ராணிமீது ஒருபோதும் வெயில்பட்டதில்லை. அவர்கள் காற்று வாங்குவதற்காக கடற்கரையில் நடந்து செல்லும்போது கடலில் இருந்த திமிங்கலங்கள் தண்ணீரை பீச்சி வான்நோக்கி அடித்து வரவேற்த்தது, குட்டி மீன்கள் தண்ணீரைவிட்டு வெளியே குதித்து சத்தம் எழுப்பின. பறவைகள் மரத்தில் பூத்துக் குலுங்கும் பூக்களைப் பறித்து வந்து பறந்தவாறே ராணி மீது தூவின. ராணி தேகத்தில் பட்டு கீழே விழுந்த பூக்களுக்கு மோட்சம் கிடைத்தது. ராணி நடந்து செல்லும் பாதை

முழுவதும் பூக்களால் நிரப்பப்பட்டது. இரண்டு வெள்ளை மயில் மணப்பெண்ணின் தோழியைபோல் ராணியோடு நடந்து வந்தது. ராணி சிரித்ததும் இரண்டு வெள்ளை மயில்களும் தோகையை விரித்து ஆடியது. தோகையை விரித்து ஆடிய, வெள்ளை மயிலைவிடவும் ராணி அழகாக இருந்தாள். சில சமயங்களில் மயிலாடு சேர்ந்து ராணியும் ஆடுவாள், அன்று சிண்ட்ரெல்லா தேசமே அதிரும் அளவுக்கு கொண்டாட்டங்கள் நடைபெறும்.

ராஜவாக மாறன் கம்பீரமாக வலம் வந்தான். அவனுக்கென சூரிய அரண்மனை இருந்தது. அது ராணி அரண்மனை பக்கத்தில் சிண்ட்ரெல்லா மலை உச்சியில் அமைந்திருந்தது. அரண்மனை முழுவதும் மரங்களால் நிறைந்திருந்தது. அந்த மலை மேல் இருந்து பார்த்தால் மொத்த சிண்ட்ரெல்லா தேசமும் தெரியும். இரவு நேரங்களில் சிண்ட்ரெல்லா மலை உச்சியில் ராணியும் ராஜாவும் ஒன்றாக இயற்கையை ரசித்தவாறு உட்கார்ந்திருப்பார்கள்.

அன்று ஒரு இரவு, நிலா வெளிச்சத்தில் ராணி அழகாக இருந்தாள். காற்று அவர்களின் உடலை வருடிக்கொண்டிருந்தது. காற்றில் பறந்து கொண்டிருந்த ராணியின் முடியை தன் கைகளால் காதோடு வைத்து அணைத்தான் ராஜா. காற்றால் குளிர்ந்து இருந்த இடத்தில் ராஜாவின் மூச்சுக்காற்று மட்டும் சூடாக இருந்தது. ராஜாவின் கட்டுமஸ்தான உடம்பும், அவன் பார்வையும் ராணியை மயக்கி இருந்தது. சூடான மூச்சுக்காற்றோடு ராணியின் சிவந்த உதட்டில் முத்தம் கொடுத்தான் ராஜா. ராணியின் உதட்டின் சுவையில் ஞானம் பெற்றான். தேசம் முழுவதும் அமைதியாக இருந்தது. கடல் அலைகளும் சத்தம் எழுப்பாமல் அமைதியானது. காதலினால் ஆனா காமம் நிறைந்த ராணியின் கண்கள் ராஜாவை கவர்ந்திழுத்தது. நிலா வெளிச்சம் ராணி மீது விழ, நிலவில் இருந்து ஆறு தேவதைகள் வெள்ளை நிற இறக்கைகளுடன் இருட்டை கிழித்துக்கொண்டு வானிலிருந்து இறங்கி வந்தார்கள். ராணியின் மேலாடையை ஒரு தேவதை கழட்டினாள், ராஜாவின் ஆடைகளை மற்ற தேவதைகள் கழட்ட உதவி செய்தனர். ராணியின் மேலாடையை கழட்டியதும் பால் போன்ற தேகத்தினால் ஆனா ராணியின் உடம்பை பார்ப்பதற்குள் நிகழ்காலத்தில் மணியடித்தது.

"ட்ர்ர்ர்ர்ர்ர்ர்ர்ர்ர்ர்ர்ர்ர்ர்......" என்ற மணி சத்தம் சிண்ட்ரெல்லா தேசத்தின் அமைதியான இரவை கலைத்தது. பள்ளியின் ஒரு மணி நேர கணக்கு வகுப்பில் சிண்ட்ரெல்லா தேசம் தவித்துக்கொண்டிருந்தது. மாறனின் கனவு கலைந்தது. வகுப்பு முடித்து ஆசிரியர் வெளியே போனதும் ஒரு குப்பி நிறைய தண்ணீரை குடித்து தன்னை ஆசுவாசபடுத்திக்கொண்டான் மாறன். கனவின் தாக்கத்தில் கண்கள் சிவந்திருந்த மாறனின் அன்றைய நாள் அடுத்த வகுப்பில் சிண்ட்ரெல்லா தேசத்தில் கழிந்திருந்தது.

ஒரு வேலை "ஆதாமும் ஏவாளும்" சைத்தான் சொன்ன அந்த பழத்தை உண்ணாமல் இருந்திருந்தால், அவர்களுக்கும் சிண்ட்ரெல்லா தேசத்தில் இடம் கிடைத்திருக்க கூடும். எல்லாம் அவன் சித்தம்!! மாறன் குடுத்து வைத்தவன்!!

இப்படியாக சிறு சிறு குச்சிகளை வைத்து காக்கை கூடு கட்டுவதைபோல சிறுக சிறுக அன்பினால் காதல் கூடு கட்டி வைத்திருந்தான் மாறன். அந்த கூட்டில் PT வாத்தியார் வைகுந்தன் வைத்த வெடி மாறன் வாழ்க்கையில் பேரிடியாக விழுந்தது.

20. தி லாஸ்ட் பெஞ்ச் ஸ்டூடெண்ட்

விஜியிடம் இருந்த மாறனின் அன்பு அடுத்த கட்டத்தை நோக்கி நகர்ந்து கொண்டிருந்தது. விஜியோடு மாறன் உரிமையாக பேசினான். அவளும் மாறனிடம் அளவு கடந்த அன்பை கொடுத்திருந்தாள். விஜியின் விடுதி மாறனின் வீட்டில் இருந்து ஏழு மைல் இருக்கும். பல்லனை கூட்டிக்கொண்டு நடந்தே போய் அவளை பார்த்துவிட்டு வருவதை வழக்கமாக வைத்திருந்தான் மாறன். மாறனின் வாழ்க்கை முழுவதும் விஜி நிறைந்திருந்தாள். பல முறை தன் காதலை விஜியிடம் வெளிப்படுத்தினான் மாறன். ஆனால் அவள் ஒருபோதும் அதற்கு ஒப்புக்கொள்ளவில்லை. அதே வேளையில் அவனுடன் பேச்சைத் துண்டிக்கவும் இல்லை. அவளுக்கு தன் மீது காதல் வரும் என்ற எண்ணத்தில் மாறனின் வாழ்க்கை சென்று கொண்டிருந்தது.

ஒரு நாள் பகலில் கைபேசியில் அழைத்தாள் விஜி. மாறன் பள்ளிக்கூடத்தில் வகுப்பறையில் இருந்தான். மாறனின் 'டிக்கி பாக்கெட்'ல் இருந்த கைபேசி அதிர்ந்து கொண்டிருந்தது. அப்போதெல்லாம் 'டிக்கி பாக்கெட்' இளவட்டங்கள் மத்தியில் பிரபலமாக இருந்தது. பேண்டில் இடுப்பை ஒட்டி பெல்ட் போடும் இடத்தில் உள்புறமாக ஒரு சிறிய பாக்கெட் வைத்துக்கொள்வார்கள். ஆசிரியருக்கு தெரியாமல் கைபேசியை எடுத்து பார்த்தான், விஜி அழைப்பு வந்துகொண்டிருந்தது. ஆசிரியரிடம் கழிப்பறைக்கு போவதாக பொய் சொல்லிவிட்டு அங்கு போய் யாருக்கும் தெரியாமல் கைபேசியை எடுத்து பேசினான்.

எப்போதும் அந்த நேரத்தில் விஜி கல்லூரியில் இருப்பதால் பேசமாட்டாள். மாறனும் காலையில் பள்ளிக்கூடத்தில் இருப்பதால் பேசியதில்லை. அன்று அவள் காலையில் அழைத்தது அவனுக்கு ஆச்சரியமாக இருந்தது.

"ஹலோ" என்று மெதுவாக கேட்டான். பள்ளிக்கூடத்தில் கைபேசி வைத்திருப்பதை யாராவது பார்த்தால் பெரிய பிரச்சனை ஆகிவிடும் என்ற எண்ணம் மாறன் பேசும் பொழுது மனதிற்குள் ஓடிக்கொண்டே இருந்தது.

"என்ன கிரேடுடா வாங்கிருக்க? பர்ஸ்ட் கிளாசா, டிஸ்டின்க்ஷன்னா இல்ல எதுலயாச்சும் அரியர் வச்சுட்டியா?" என்று சிரித்துக்கொண்டே சந்தோசமாக கேட்டாள்.

அன்று காலேஜ் இரண்டாம் வருடம் படிக்கும் மாணவர்களுக்கு செமஸ்டர் தேர்வு முடிந்து மதிப்பெண் பட்டியல்கள் வெளியாகி இருந்தது. விஜியின் தோழி லேகாவின் தம்பி அனைத்து பாடங்களிலும் தேர்ச்சியாகிவிட்டான் என்பதற்காக விஜிக்கு லேகா அன்று கல்லூரி உணவகத்தில் குளிர்பானம் வாங்கிக்கொடுத்தாள். குளிர்பானத்தைக் குடித்துக் கொண்டிருக்கும்போதே விஜிக்கு மாறன் நியாபகம் வர, உடனே தன் கைபேசியை எடுத்து மாறனை அழைத்தாள்.

'பர்ஸ்ட் கிளாஸ், டிஸ்டின்க்ஷன், அரியர்' என்ற வார்த்தைகள் எல்லாம் மாறனுக்கு அன்று தான் அறிமுகம் ஆனது. விஜி கேட்டபோது மாறனுக்கு என்ன சொல்வதென்று தெரியாமல் அமைதியாக இருந்தான். அழைப்பைத் துண்டித்துவிடுவோம் என்று மாறனுக்கு தோன்றும்போதே கழிவறைக்குள் உடற்பயிற்சி ஆசிரியர் வந்துவிட்டார். மாறன் என்ன செய்வதென்று தெரியாமல் அவசரத்தில் அழைப்பைத் துண்டிக்காமல் கண் இமைக்கும் நொடியில் பேண்ட் பையில் கைபேசியை வைத்துவிட்டான்.

PT வாத்தியாருக்கும் மாறனுக்கும் எப்போதும் ஏழாம் பொருத்தமாக தான் இருந்து வந்தது. ஒரு முறை மாறன் பள்ளிக்கூடத்திற்கு செல்லாமல் கடச்சனேந்தல் ஆற்றில் நண்பர்களுடன் குளித்துக்கொண்டிருக்கும் விஷயத்தை பள்ளி நிர்வாகத்திடம் சொல்லிவிட்டார், நிர்வாகத்தில் இருந்து மாறனின் பெற்றோரை பள்ளிக்கு வரவழைத்து, அவர்களை சாடி மாறன் மீதும் கடும் நடவடிக்கை எடுக்கப்பட்டது. அப்பாவிற்கு மாறன் மீதான கோபம் எரியும் நெருப்பில் எண்ணெயை ஊற்றியதுபோல் கொழுந்து விட்டு எரிந்து கொண்டிருந்தது. மாறனை மன்னிப்பு கடிதம் எழுதி கொடுக்க சொல்லி, அதில் அவன் அப்பா கையொப்பம் போட்ட பிறகே மாறனை வகுப்பறைக்குள் அனுமதித்தார்கள். அப்போதிருந்து அந்த PT வாத்தியாரை கண்டால் மாறனுக்குப் பிடிக்காது .

ஒரு முறை தீபாவளி நெருங்கிக் கொண்டிருந்தது. எப்பொழுதும் தீபாவளி வந்தால் மாறன் பள்ளி கலைகட்டிவிடும். மாணவர்கள் பள்ளி வளாகத்திற்குள்ளேயே வெடிகளை போட்டு கலங்கடித்து விடுவார்கள். அதனால் பள்ளி நிர்வாகமும் தீபாவளி

தினத்திற்கு ஒருவாரத்திற்கு முன்பு இருந்தே கடும் கண்காணிப்பில் ஈடுபட்டிருக்கும். மாணவர்கள் வெடி போடுவதற்காக வெடிகளை பல இடங்களில் பதுக்கிவைத்து பள்ளிக்குள் கொண்டு வர முயற்சி செய்வார்கள். அதில் ஒரு சில மாணவர்கள் வெடியோடு கையும் காலுமாக பிடிபடுவார்கள். வெடியோடு பிடிபட்ட மாணவர்களை பள்ளி நிர்வாகம் ஒரு வார காலம் பள்ளிக்குள் அனுமதிக்க மாட்டர்கள். ஆனால் தடைகளை மீறி வெடி போடும் மாணவன், சக மாணவர்களால் பெரும் மதிப்பிற்கு உள்ளாவான். போன வருடம் வரை பன்னிரெண்டாம் வகுப்பு படித்த மாணவர்கள் பள்ளி நிர்வாகத்திற்குள் தடைகளைத் தாண்டி வெடி வெடித்து கொண்டாடினார்கள்.

இந்த வருடம் நாம் வெடி வெடிக்கவில்லை என்றால் மானக் கேடாகிவிடும். பின் பதினொன்றாம் வகுப்பு மாணவர்கள் கூட நம்மை மதிக்கமாட்டார்கள் என்றெல்லாம் மாறன் வகுப்பில் மாணவர்கள் மத்தியில் பேச்செழுந்தது.

தீபாவளி முந்தைய நாள் பள்ளி நிர்வாகம் மிக தீவிரமான கண்காணிப்பில் ஈடுபட்டுக் கொண்டிருந்தது. PT வாத்தியார் பள்ளி வாசலில் நின்று மாணவர்களின் உடைமைகளை பரிசோதனை செய்துவிட்டு வளாகத்திற்குள்ளே அனுப்பிக்கொண்டிருந்தார். நாளை தீபாவளியை வைத்துக்கொண்டு இன்னும் பள்ளியில் வெடி சத்தம் கேட்காமல் இருப்பது கடந்த ஆறு ஆண்டுகளில் இதுவே முதல் முறையாக இருந்தது. PT வாத்தியாரை அனைத்து இளம் பெண் ஆசிரியர்களும் மெச்சுக்கொண்டார்கள். மாறன் அன்று மிகவும் தாமதமாக பள்ளிக்கு வந்தான். மாறனின் உடலையும் உடைமைகளையும் தீவிரமாக பரிசோதனை செய்தார் PT வாத்தியார்.

"இந்த வருஷம் நான் வந்துட்டேன்ல, உங்களால ஒரு மயிரும் பண்ணமுடியாதுடா. பொத்திக்கிட்டு போய் உக்காந்து படிக்குற வேலைய மட்டும் பாக்கணும்" என்று மாறனை நோக்கி நரம்பெல்லாம் புடைக்க பேசினார் PT வாத்தியார்.

மாறனுக்கு கோபம் தலைக்கு ஏறி இருந்தாலும் சாதாரணமாக பேசினான்,

"சார், இன்னைக்கு சத்தம் இருக்கு முடிஞ்சா தடுத்துகோங்க" என்றான் மாறன்.

"தெரியும்டா.. நீ, உன்னோட கூட்டாளிகளாம் என்ன பண்ணுவீங்கன்னு. அதான் எல்லாரையும் மேடம் ரூம் பக்கத்துல இருக்க வெயிட்டிங் ரூம்ல உக்காரவச்சுட்டேன். போ.. நீயும் அவனுககூட போய் உக்காரு. இன்னைக்கு முழுக்க நீ அங்கதான், நானும் பாக்குறேன் எப்படி வெடி சத்தம் கேக்குதுன்னு"

மாறனும் அவன் நண்பர்களும் தனி அறையில் அடைக்கப்பட்டிருந்தார்கள். மீதி மாணவர்களுக்கு ஆசிரியர்கள் பாடம் நடத்திக் கொண்டிருந்தார்கள். PT வாத்தியார் பள்ளி வளாகத்தை, கண்ணில் விளக்கெண்ணெய் ஊற்றியவராக சுற்றி வந்து கண்காணித்துக் கொண்டிருந்தார். பள்ளி அமைதியாக இருந்தது. மாறன் நண்பர்கள் காத்திருக்கும் அறையில் பேசிக்கொண்டிருந்தார்கள். மாறன் அமைதியாக தலையை தொங்க போட்டவாறு உட்கார்ந்திருந்தான்.

"டேய் மாறா, அவ்ளோதான் அசிங்கப்படுத்திருவாய்ங்க சுள்ளாய்ங்க. எப்படிடா இனிமேல் ஸ்கூல்ல கெத்தா இருக்குறது" என்று அவன் நண்பன் கேட்டான்.

அவன் நண்பனை நிமிர்ந்து பார்த்த மாறன் "ரூம்குள்ள பூராம் ஒரே கொசுவா இருக்குல்ல?" என்று மிகவும் சாதாரணமாக பேசினான் மாறன்.

"டேய், லூசு கூதி. நான் என்ன சொல்லிக்கிருக்கேன், நீ என்னடா பேசுற" என்று கோவமாக நண்பன் பேசினான்.

"ஏலேய் என்னோட கணிப்பு சரினா இன்னும் பத்து நிமிஷத்துல.. டு....ம்....'னு பாரு. தேவலாம டெம்பர் ஆகாத" என்றான் மாறன்.

"எப்படிடா இவ்ளோ செக்கப்ப மீறி" என்று ஆச்சரியத்தோடு கேட்டான் நண்பன்.

"வெடி கொண்டு வந்தா தானே புடிப்பாய்ங்க, சாவி கொண்டு வந்தா புடிக்கமாட்டாய்ங்கல்ல?" என்று புரியாமல் பேசினான் மாறன்.

"சாவியா..." என்று தலையை சொறிந்தவாறு கேட்டான் நண்பன்.

"ஆமாடா காலைல வெள்ளனவே ஸ்கூலுக்கு வந்துட்டேன் நானு. ஸ்கூலுக்கு பின்னாடி தான் ஒரு தம்ம போட்டு நின்னுகிட்டு இருந்தேன். ஆயாம்மா ஒன்பது மணிக்கு நாலா நம்பர் கக்கூசை கழுவி விட்டுட்டு போச்சு. அது போறவரைக்கும் வைட் பண்ணிட்டு பின்னாடி கூடி கக்கூஸ் ஜன்னல் வழியா கொசுபத்திய வச்சுட்டேன்" என்றான் மாறன்.

மாறனின் புத்திசாலிதனத்திற்கு அந்த கொசுபத்தி ஒரு சான்று. கழிவறையின் பின் பக்கம் தன் சைக்கிள் மீது ஏறி, ஜன்னல் கம்பியின் வழியாக கழிவறையின் திண்டின் மேல் கொசுபத்தி சுருளை வைத்து அதனை பற்ற வைத்தான். கொசுபத்தி சுருளின் முடிவில் வெடியின் திரியை இணைத்தான். கொசுபத்தி கரைந்து முடிவிற்கு வரும்போது வெடியில் கங்கு பற்றிக்கொள்ளுமாறு அமைத்திருந்தான். கொசுபத்தி சுருள் கரைந்து வெடி வெடிப்பதற்கு குறைந்தது ஒரு மணி நேரம் ஆகும். அதனால் மாறன் மீது எந்த சந்தேகமும் வராது.

இதனைக் கேட்ட மாறன் நண்பனின் மனதில் இனம் புரியாத மகிழ்ச்சி பிறந்தது. மாறனை கட்டி பிடித்துக்கொண்டான் . திடீரென்று அவன் சந்தோஷத்துக்கு தடையாக ஒரு சந்தேகம் பிறந்தது.

"அதெல்லாம் சரி எதோ சாவின்னு சொன்ன அது எதுக்குடா" என்று கேட்டான்.

"டேய், இவளோ அலார்ட்டா இருக்க வாத்தி கண்டிப்பா இன்னைக்கு கீழ இருக்க கக்கூசை யாரையும் யூஸ் பண்ண விடமாட்டான். சின்ன பிள்ளைங்களை எல்லாம் மேல திருப்பி விட்ருவான். அதுனாலதான் நேத்து ஒரு புது பூட்டு வாங்கிட்டு வந்து, நாலா நம்பர் பாத்ரூம் பூட்ட தூக்கிட்டு நம்ம பூட்ட வச்சுட்டேன். காலைலயே கக்கூசை கழுவி ஆயாம்மா நம்ம பூட்டுனு தெரியாம பூட்டிட்டு போயிருச்சு, அதையும் நான் ஸ்கூல்குள்ள வரும்போதே பாத்துட்டேன். இப்போ நாலா நம்பர் கக்கூசுக்குள்ள நா வச்ச கொசுவர்த்தி சுருள் கரைய ஆரமிச்சுருக்கும், வெடியும் வெடிக்க தயாராயிருக்கும். PT தாயோளி நெனச்சாலும் நாலா நம்பர் பாத்ரூம திறக்க

முடியாது, ஒக்காளி சாவி இந்தா இருக்கு பாரு" என்று கையில் இருந்த சாவியை எடுத்து ஆட்டினான் மாறன்.

மாறன் நண்பனுக்கு அவன் சொன்னதை கேட்டு தலை சுற்றி போனது. மாறனின் திட்டத்தைக் கண்டு வியந்து போனான். காத்திருக்கும் அறையில் இருந்த மாணவர்கள் அனைவரும் குஷி ஆனார்கள். ஒருவரை ஒருவர் தேர்வில் தேர்ச்சியானதுபோல கட்டித் தழுவி கொண்டனர். PT வாத்தியார் காத்திருக்கும் அறைக்கு வந்தார்.

"என்னடா, ஒரே சந்தோசமா இருக்கீங்க போல.. அவ்ளோதான்டா நீங்களாம். உங்களுக்கெல்லாம் முன்னால இந்த உலகத்தை பாத்தவன் டா நானு, உங்க வயசத் தாண்டி தான வந்துருப்பேன். எனக்கு தெரியாதா உங்கள எப்படி கட்டுப்படுத்தணும்னு" PT வாத்தியார் பேசிக்கொண்டிருக்கும்போதே மாறன் சிரித்துவிட்டான். மாறன் சிரிப்பதை பார்த்து அவன் நண்பர்களும் சிரித்துவிட்டனர்.

"எதுக்குடா இப்போ சிரிக்குறிங்க?" என்று கண்களை உருட்டிக்கொண்டு கேட்டார் PT வாத்தியார்.

ஸ்கூல் கேட் திறக்கப்பட்டது, வெளியே இருந்து சத்துணவு வண்டி பள்ளி வளாகத்திற்குள் வந்து நின்றது.

"இல்ல சார், சாப்பாடு வண்டி வந்துருச்சுல அதான் சிரிச்சோம்" என்றான் மாறனின் நண்பன்.

"உங்களுக்கெல்லாம் சூத்துல கொழுப்புடா, இருக்கட்டும் அடக்குறேன் பாரு" என்று பேசியவாறு அறையைவிட்டு வெளியேற தயாரானார் வாத்தி. மாறன், PT வாத்தியாரை அழைத்தான். வாத்தியார் திரும்பி பார்த்தார். மாறன் பைக்குள் கையைவிட்டு சாவியை எடுத்து PT வாத்தியார் முன் ஆட்டிக்காட்டிவிட்டு வீசி எறிந்தான். சாவி பள்ளிக்கூடம் பின்னால் ஓடிக்கொண்டிருந்த சாக்கடையில் வளர்ந்திருந்த வெங்காயத் தாமரை செடிகளுக்கு இடையே விழுந்து மறைந்தது. PT வாத்தியார் பெரிதாக அதை கண்டு கொள்ளாமல் சென்று விட்டார். பள்ளி வளாகத்திற்குள் நடக்கும்போது மாறன் சாவியைத் தூக்கி எறிந்த நிகழ்வு அவர் மனதிற்குள் ஓடிக்கொண்டே இருந்தது. தன்னுடைய வண்டி சாவியை சரி பார்த்துக்கொண்டார் எல்லாம் சரியாக

இருந்தது. எதார்த்தமாக ஆயம்மா அறை அருகே யோசித்தவாறே நடந்து வந்துவிட்டார். அங்கு வாசலில் கழிவறை பூட்டின் சாவிகள் கொக்கியில் தொங்கிக் கொண்டிருந்தது. அதை கவனித்தார், உடனே கழிவறையை நோக்கி நடந்தார். கழிவறையில் எல்லா பூட்டுகளும் துருப்பிடித்த நிலையில் இருந்தபோது, நாலாம் நம்பர் பூட்டு மட்டும் புதிதாக இருந்தது PT வாத்தியாரின் கவனத்தை ஈர்த்தது. வேகமாக ஆயம்மாவை தேடி ஓடினார் PT வாத்தி.

ஆயாம்மா அவர் சக வேலையாட்களுடன் மரத்தின் அடியில் உட்காந்திருந்தார். PT வாத்தியார் மூச்சிறைக்க ஓடி வருவதை பார்த்து அனைவரும் எழுந்து நின்றார்கள்.

"என்ன சார் ஏன் இப்டி ஓடியாரிங்க" என்று ஆயாம்மா கேட்டார்.

"ஆயாம்மா, நாலாம் நம்பர் கக்கூஸ் பூட்டு மட்டும் ஏன் புதுசா இருக்கு?" என்று மூச்சுவாங்க கேட்டார் PT வாத்தி.

"தெரிலயே சார். நா ரொம்ப நாளா அந்த நாலா நம்பர் பூட்டு சரியா பூட்ட மாட்டுதுன்னு சொல்லிட்டே இருந்ததால, நீங்க தான் புது அமுக்கு பூட்டு வாங்கி வச்சுருக்கீங்கன்னு நெனச்சு எடுத்து பூட்டிட்டே சார்."

PT வாத்தியார் மாறனின் திட்டத்தை கணித்தவராக, தலையை தொங்கபோட்டார். மூச்சு இளைப்பு மெதுவாக சமாதானம் ஆகிக்கொண்டிருந்தது. ஆயம்மாள் "என்னாச்சு சார்?" என்று கேட்டுக்கொண்டே இருந்தாள். PT வாத்தியார் அவர்களது கேள்விக்கு பதிலளிக்காமல் நின்றார். அமைதியான சூழ்நிலையில் நாலாம் நம்பர் கழிவறையில் இருந்து வெடி சத்தம் காதைப் பிளக்கும் அளவுக்கு 'டமா.....................ல்' என்று வெடித்தது. வெடித்த மறுநிமிடம் பள்ளி வகுப்பில் இருந்த மாணவர்கள் கத்திக் கூச்சலிட்டார்கள். பள்ளியில் வழக்கம் போல் இந்த வருடமும் தீபாவளி கலைகட்ட துவங்கியது.

தற்போது கழிவறையில் மாறன் எதிரே அதே PT வாத்தியார் நின்றார். கைபேசியில் விஜி அழைப்பில் இருக்கிறாள். மாறன் முகம் பதற்றமானது, PT வாத்தியாரை பார்த்ததும் மாறனுக்கு வியர்த்துக் கொண்டிருந்தது. மாறன் பையில் மறைத்து வைத்திருந்த கைபேசியை பிடிங்கினார். விஜி

அழைப்பில் அமைதியாக இருந்தாள். மாறன் மனம் ரணகளமாகிப்போனது.

21. மாறனின் காத்திருப்பு

'பல நாள் திருடன் ஒரு நாள் அகப்படுவான்' என்பார்களே அது போல மாறன் பொய் வெளிச்சத்திற்கு வந்தது, மாறன் விஜியிடம் அகப்பட்டான்.

PT வாத்தியாரை பார்த்து மாறனுக்கு உடம்பெல்லாம் நடுங்கியது. PT வாத்தியாரின் சிவப்பு விசில் கழுத்தில் இருந்து அவர் தட்டையான வயிறுவரை தொங்கிக் கொண்டிருந்தது.

"டேய், கிளாஸ் நடந்துகிட்டு இருக்கு இங்க என்னடா பண்ணிட்டு இருக்க? யார்கிட்ட பேசிக்கிட்டு இருக்க" என்று PT வாத்தியார் கேட்டார்.

மாறன் நிதானம் இழந்தவனாக பயத்தை முகத்தில் காட்டினான். PT வாத்தியார் அவன் முகத்தை பார்த்து கணித்துவிட்டார். மாறன் பைக்குள் மறைத்து வைத்திருந்த கைபேசியைப் பிடுங்கினார். கைபேசியில் விஜி அழைப்பில் இருந்தாள். மாறன் அவரிடம் இருந்து கைபேசியைப் பிடுங்கவும் முடியாமல், சத்தமாக பேசவும் முடியாமல் தவித்துக்கொண்டிருந்தான். PT வாத்தியார் கைபேசியைப் பார்த்தார். அதில் விஜி அழைப்பில் காத்திருப்பது தெரிந்தது. PT வாத்தியார் கைபேசியை காதில் வைத்து "ஹலோ யாரு?" என்று கேட்டார்.

மாறன் குரல் இல்லை என்பதை புரிந்து கொண்ட விஜி பவ்வியமாக பேசினாள்.

"ஹலோ, நீங்க யாரு" என்று கேட்டாள்.

மாறனுக்கு நடப்பதைப் பார்த்து கோபம் கலந்த பயத்தில் தலை சுற்றியது. PT வாத்தியார் விஜியுடன் பேசத்தொடங்கினார்.

"நான் மாறனோட ஸ்கூல் வாத்தியார் வைகுந்தன்" என்றார்.

PT வாத்தியார் வைகுந்தன் பேசிக்கொண்டிருக்கும்போதே, மாறன் கைபேசியைப் பிடுங்கப் பார்த்தான். மாறன் PT வாத்தியாரைவிட குள்ளமாக இருந்ததால், அவன் கைகளை மடக்கி 'கிடுக்குப்பிடி' போட்டு பிடித்துக்கொண்டார்.

மாறனால் கத்தவும் முடியவில்லை, என்ன செய்வதென்று தெரியாமல் PT வாத்தியார் பிடியில் நெளிந்துகொண்டே நின்றிருந்தான்.

மாறன் பள்ளிக்கூடம்தான் படிக்கிறான் என்ற விஷயத்தைத் தெரிந்த விஜிக்கு அதிர்ச்சியானது. முதல் முறை பார்த்தபோதே அவளுக்கு சந்தேகம் இருந்தது. PT வாத்தியார் பேசியதும் சந்தேகம் உண்மையாகிப் போனது. மாறனின் சூழ்நிலையை புரிந்து கொண்டவாறு விஜி பேசினாள்.

"சார், நான் அவனோட அக்கா பேசுறேன்" என்று தைரியமாக பேசினாள்.

"அக்காவா என்னமா நீங்க ஸ்கூலுக்கு போன் குடுத்து விடக்கூடாதுன்னு தெரியாதா உங்களுக்கு?" என்று கோபமாகப் பேசினார் PT வாத்தியார்.

விஜி பதிலற்றவளாக அமைதியாக இருந்தாள். மாறனுக்கு கண்களில் இருந்து கண்ணீர் வந்து கொண்டிருந்தது. மாறன் அழுவதை PT வாத்தியார் பார்த்தார். PT வாத்தியார் கைகளில் மாறன் ஒரு பட்டாம்பூச்சியையைபோல சிக்கித் தவித்துக்கொண்டிருந்தான்.

"சரிம்மா, ஒன்னும் பிரச்சனை இல்ல. நான் போனை அவன்ட கொடுத்துறேன். இப்போ அவனுக்கு கிளாஸ் நடந்துகிட்டு இருக்கு. நீங்க ஸ்கூல் முடிஞ்சதும் பேசுங்க" என்று கூறிவிட்டு அழைப்பைத் துண்டித்தார்.

அவர் கைகளில் நெளிந்து கொண்டிருந்த மாறனை விடுவித்தார். மாறன் கண்கள் நிறைய கண்ணீரோடு அவர் பிடியில் இருந்து மெதுவாக வெளியே போனான். அவன் சிந்தனையில் சிண்ட்ரெல்லா தேசம் அழிந்து கொண்டிருக்குமாறு தோன்றி இருக்கவேண்டும். மாறன் எதுவும் பேசாமல் மௌனமாக PT வாத்தியார் முன்னாள் நின்று கொண்டிருந்தான். PT வாத்தியார் கைபேசியை மாறனிடம் கொடுத்தார். பெரிய பிரச்சனையாகும் என்று நினைத்திருந்த மாறனுக்கு, PT வாத்தியார் கைபேசியைக் கொடுத்தது ஆச்சரியமாக இருந்தது.

"அந்த பொண்ண லவ் பண்றியா?" என்று கேட்டார் PT வாத்தியார்.

அவர் சொன்னதைக் கேட்ட மாறனுக்கு கண்களில் இருந்து கண்ணீர் அருவியைப் போல் கொட்டியது.

"எனக்கு தெரியும் மாறா, அந்த பொண்ணு உன்னோட அக்கானு சொன்னபோவே. உன்னோட வயச கடந்துதானே வந்துருக்கேன்" என்று மெதுவாக சிரித்துக்கொண்டார்.

'உன்னோட வயசை கடந்துதானே வந்துருக்கேன்' என்ற வார்த்தையை மாறனிடம் வேறு சில சூழ்நிலைகளில் PT வாத்தியார் சொல்லியதுண்டு. ஆனால் தற்போது மாறனின் மனக்கடலில் நங்கூரம் போல இறங்கி இருந்தது அந்த வார்த்தை. PT வாத்தியார் மேலும் மனம் விட்டு பேசத்துவங்கினார்.

"மாறா நீ லவ் பண்ணு தப்பு இல்ல, ஆனா இது சரியான வயசானு பாத்துக்கோ. முதல படி, பப்ளிக் எக்ஸாம் இன்னும் மூணே மாசத்துல வந்துரும். நீ திறமைசாலிடா மாறா. நல்லா யோசிக்குற, நல்ல ப்ரெசன்ஸ் ஆப் மைண்ட் இருக்கு உனக்கு, அத கொஞ்சம் படிப்புலயும் காட்டு. எல்லாரும் திரும்பி பாக்குற மாதிரி பெரியாளா வா, அப்புறம் எல்லாரும் உன்னத் தேடி வருவாங்க. ஏன் நானே சொல்லுவேன் என்னோட ஸ்டுடெண்ட் மாறன்னு" என்று அறிவுரையை அள்ளி வீசிக்கொண்டிருந்தார்.

மாறனின் அழுகை PT வாத்தியாரின் மனதை மாற்றி இருக்க வேண்டும். PT வாத்தியார் பேசிய எந்த வார்த்தைகளும் மாறனின் தலை அகத்தே சென்றதாக தெரிந்திருக்கவில்லை. அன்று PT வாத்தியார் கைபேசியை பிரச்சனை பண்ணாமல் திருப்பிக் கொடுத்த சந்தோஷத்தோடும், விஜியை எப்படி சமாளிப்பது என்ற கவலையோடும் பள்ளியை முடித்து வீடு திரும்பினான்.

அன்று இரவு திரைப்படங்களில் மாப்பிள்ளையைப் பார்க்கும் புது பெண்ணைபோல நிலா மேகங்களுக்கு இடையே பாதி முகத்தை மறைத்துக் கொண்டு மீதி முகத்தைக் காட்டிக்கொண்டிருந்தது. மாறன் அன்று முழுவதும் சாப்பிடவில்லை. பள்ளிக்கூடத்துக்கு எடுத்து சென்ற மதிய உணவையும் அப்படியே திரும்ப கொண்டு வந்திருந்தான். இரவும் உணவு உண்ணவில்லை. அம்மா கேட்டதுக்கு எந்த பதிலும் சொல்லாமல் மாடியில் கைபேசியோடு தனிமையில்

நின்றுகொண்டிருந்தான். விஜிக்கு நூறு குறுந்தகவல்கள் அனுப்பி இருந்தான், அவள் பதில் எதுவும் கொடுக்கவில்லை. நூறு தகவல்களுக்கு மேல் அனுப்பமுடியாது என்ற கட்டுப்பாடுகள் அப்போது விதிக்கப்பட்டிருந்ததால், அதற்கு மேல் அழைப்பு விடுத்தான். அவள் மாறனின் அழைப்பை நிராகரித்தாள். மாறன் குற்ற உணர்வில் தேம்பி தேம்பி அழுது கொண்டிருந்தான். இரவு முழுவதும் அழுதுகொண்டே மாடியில் உறங்கி போனான்.

காலையில் சூரியன் வழக்கம்போல் பணிக்குத் திரும்பியது. மாறனின் அம்மா மாடிக்கு வந்து அவனை எழுப்பிவிட்டு சென்றாள். மாறனுக்கு இரவு சரியான தூக்கம் இல்லாததால் கண்கள் வீக்கத்தோடுக் காணப்பட்டிருந்தது. எழுந்ததும் முதல் வேலையாக கைபேசியைப் பார்த்தான். அதில் விஜியிடமிருந்து குறுந்தகவல் வந்திருந்தது. மின்னல் வேகத்தில் திறந்தான்.

"நீ இப்டி பொய் சொல்லுவேன்னு நான் நெனச்சுகூட பாக்கல மாறா"
"டுவல்த் படிக்குற ஒழுங்கா பப்ளிக் எக்ஸாம்க்கு படி, டைம் வேஸ்ட் பண்ணாத"
"உங்கிட்ட நெறய பேசணும், பட் இப்போ நீ தூங்கிருப்ப நாளைக்கு நைட் பேசலாம். நான் ஹொஸ்பிடல்ல இருந்தேன் அதான் உன்னோட போன்ன எடுக்க முடியல" என்ற குறுந்தகவலை இரவு இரண்டு மணிக்கு அனுப்பியிருந்தாள் விஜி.

அவள் குறுந்தகவலை பார்த்த மாறனுக்கு ஆறுதலாக இருந்தாலும், எதற்காக விஜி மருத்துவமனையில் இருந்தாள் என்ற பயமும் ஒட்டிக்கொண்டது. அன்று இரவுக்காக தவமிருந்தான் மாறன்.

மாறன் சாப்பிட்டு ஒன்றரை நாட்கள் ஆகி இருந்தது. இரவு வந்ததும் மாறன் விஜியின் அழைப்பிற்காக கைபேசியைப் பார்த்தவாறே காத்திருந்தான். விஜி அழைப்பு வந்ததும் மனதில் பல குழப்பத்துடன் அழைப்பை எடுத்தான். விஜி நேராக விஷயத்தை பேசினாள்,

"தோ பாரு மாறா, நீ சொன்ன பொய்க்கு உன்கிட்ட பேசவே கூடாதுனுதான் இருந்தேன். இருந்தாலும் ஏன்னு தெரியல உங்கிட்ட பேசாம இருக்க முடியல"

இந்த வார்த்தைகளைக் கேட்டதும் மாறனின் கண்களில் கண்ணீர் பொத்துக்கொண்டு வந்தது. இரண்டு உதடுகளையும் கடித்துக்கொண்டு கண்ணீரை கட்டுப்படுத்திக்கொண்டான். விஜி பேச்சைத் தொடர்ந்தாள்.

"நீ உன்னோட ஸ்டடிஸ்'ல கான்செண்ட்ரேட் பண்ணு. நான் திரும்பவும் சொல்றேன் நீ என்னைவிட சின்ன பையன்றனாலதான் உன்கிட்ட பேசுனேன். ஆனா நீ அத வேற மாதிரி புரிஞ்சுகிட்ட, எனக்கும் லைப்ல நெறய கமிட்மெண்ட்ஸ் இருக்கு உனக்கும் அப்டி தான். நான் உங்கிட்ட சொல்லிருக்கேன்'ல எனக்கு வெளிநாட்டுக்கு போய் வேல பாத்து அங்கேயே செட்டில் ஆகனும்னு, நான் அதுக்காக தான் போராடிட்டு இருக்கேன். எனக்கு இந்த இயரோட ஸ்டடீஸ் முடிஞ்சுரும், அப்புறம் அவ்ளோதான். என்னால உன்னோட லைப் புல்லா வர முடியாது. நீ உன்னோட வாழ்க்கைய பாரு. உனக்கு புரியும்னு நினைக்குறேன்" என்றாள் விஜி.

அமைதியாக இருந்த மாறன் இன்னும் நம்பிக்கையோடு,

"ஐ லவ் யு விஜி" என்றான். மாறனின் குரல் நடுக்கம் இல்லாமல் தெளிவாக இருந்தது. விஜி கோபத்தில் இணைப்பைத் துண்டித்தாள். விதி தன் விளையாட்டை துவங்கி இருந்தது.

22. பொருந்தாக்காமம்

நிலா ஆகாயத்தில் காய்ந்து கொண்டிருந்தது, மாறன் பூமியில் காய்ந்து கொண்டிருந்தான். அழைப்பைத் துண்டித்த விஜி, மீண்டும் அழைப்பாள் என்று கனத்த இதயத்தோடு காத்துக் கொண்டிருந்தான். நடுசாமம் ஆகிப்போனது. விஜியிடம் இருந்து அழைப்பு வந்திருக்கவில்லை. மாறன் இரண்டு நாட்களாக சாப்பிடாமல் சரியான உறக்கம் இல்லாமல் சோர்வுற்றவனாக வீட்டின் மாடியில் படுத்திருந்தான். மாறனின் மனதிற்குள் பல சிந்தனைகள் ஓடிக்கொண்டிருந்தது. வாழ்க்கை வெறுமையாக இருப்பதாக உணர்ந்தான். மணி ஒன்றரை இருக்கும் மாறன் கைபேசிக்கு விஜி அழைத்தாள். மாறன் அழைப்பை ஏற்று பேசினான்.

"விஜி சாரி, நான் ஐ லவ் யு சொன்னதுக்கு. ஆமா நான் ஸ்கூல்தான் படிக்கிறேன், என்ன பண்ண சொல்ற? உன்னை எனக்கு பிடிச்சுருக்கு. சர்ச்'ல உன்ன மொத தடவ பாத்தப்போவே உன்கூட வாழ்க்க முழுசும் இருக்கணும்னு தோணுச்சு. உன்னைவிட லேட்டா பொறந்தது என் தப்பா?" என்று அவன் பக்கம் இருக்கும் நியாத்தை கேட்டுக்கொண்டிருந்தான்.

கடவுளிடம் கேட்க வேண்டிய கேள்விகளை மாறன் விஜியிடம் கேட்டுக்கொண்டிருந்தான். விஜி கடவுளை விட உயர்வாக மாறனுக்குத் தெரிந்திருந்தாள் போல. மாறன் குரல் மிகவும் சோர்வாக இருந்தது.

"டேய் சரி விடு, நீ ஏன் ஒரு மாதிரி பேசுற? சாப்டியா" என்று உரிமையோடு கேட்டாள் விஜி.

"நான் சாப்பிடலனா உனக்கென்ன, நீ வரவா போற? நீ தான் ஃபாரின் போக போறியே... போ .. போய் சந்தோசமா இரு" என்று என்றோ அவன் பார்த்த சினிமா வசனங்களை பேசினான். விஜிக்கு கோபம் வந்தது. கோபத்தை வெளிக்காட்டி கொள்ளாமல் பொறுமையாக பேசினாள்.

"லூசு மாதிரி பேசாத மாறா. சரி சாப்டியா இல்லையா?" என்று மீண்டும் கேட்டாள்.

"இல்ல, சாப்பிட்டு ரெண்டு நாள் ஆச்சு" என்று தொய்வான குரலில் சொன்னான் மாறன்.

"அட பாவி, தயவு செஞ்சு போய் சாப்பிடுடா. உடம்ப ஏன்டா வருத்திக்கிற? போ... மாறா. நான் சொன்னா கேட்பேல, போய் சாப்பிடு டா ப்ளீஸ்" என்று மிகவும் அன்போடு பேசினாள் விஜி.

"அப்ப நான் சொல்றத நீ செய், அப்டினாதான் நீ சொல்றத நான் கேப்பேன்" என்று அன்பு கட்டளையிட்டான் மாறன்.

"என்ன சொல்லு" என்றாள் விஜி.

மாறனுக்குத் தெரிந்திருந்தது தான் சொல்ல போகும் விஷயத்தைக் கேட்டால், மீண்டும் விஜி அழைப்பைத் துண்டித்துவிட்டு சென்றுவிடுவாள் என்று இருந்தும் மனதை திடப்படுத்திக் கொண்டு பேசினான்.

"நான் இப்போ உனக்கு 'ஐ லவ் யு' சொல்லுவேன், நீயும் 'லவ் யு டூ' னு சொல்லணும்" என்றான்.

அழைப்பு துண்டிப்பாவதற்கு மாறன் தன் மனதை தயார்படுத்திக் கொண்டான். விஜி அவன் சொன்னதைக் கேட்டதும் மிகவும் கோபமாகி, அமைதியாக இருந்தாள். அழைப்பு துண்டிப்பாவதை எதிர்நோக்கி காத்திருந்தான் மாறன், ஆனால் விஜி சொன்ன பதிலை மாறன் எதிர்பார்த்திருக்கவில்லை.

"லவ் யு டூ மாறா.. போய் சாப்பிடு" என்று மிகவும் எதார்த்தமாக சொல்லி முடித்தாள் விஜி.

சிண்ட்ரெல்லா தேசம் மீண்டும் கட்டி எழுப்பப்பட்டது. மாறனுக்கு புத்துணர்ச்சி நரம்புகளுக்குள் பாய்ந்து, சிறகு முளைத்து பறக்கத்துவங்கி இருந்தான். அன்று இரவில் இருந்து மாறனின் வாழ்க்கை அடுத்த கட்டத்தை நோக்கி நகரத் துவங்கி இருந்தது.

பின் பல நாட்கள் மாறனின் மீதுள்ள அன்பால் விஜி அவன் கேட்ட அனைத்தையும் செய்தாள். வாரத்திற்கு நான்கு முறை அவளைப் பார்த்துவிட்டு வருவான். குறிப்பாக ஞாயிற்றுக்கிழமை தேவாலயத்தில் நடக்கும் சிறப்பு

வழிபாட்டுக்கு விஜி உடனே மாறனும் நடந்து செல்வான். அப்போது இருந்து கிறிஸ்தவ மதத்தின் மீதும் இயேசுவின் மீதும் மாறனுக்கு நம்பிக்கை ஏற்பட்டிருந்தது.

மனித மனம் என்றும் சூழ்நிலைக் கைதிகளாக தான் இருக்கிறது. அதீத அன்பு தற்கொலைக்கு சமமான ஆயுதம். விஜி மாறன் மீது வைத்திருந்த அன்பும் கூட அப்படியாகத்தான் இருந்தது. மாறனின் சூழ்நிலைக்கு, விஜியின் அன்பு கைதியாகி இருந்தது. திகட்ட திகட்ட அன்பு, அளவுக்கு அதிகமான பாசம், தன்னை மீறிய காதல் என்று மாறன் வாழ்க்கை சுமூகமாக நகர்ந்தது. கூடவே திடீர் விருந்தாளியாக பன்னிரெண்டாம் வகுப்பு பொதுத்தேர்வு வந்தது. இன்னும் இரண்டே நாட்களில் மாறனுக்கு பொதுத்தேர்வு ஆரம்பிக்க இருந்தது. பன்னிரெண்டாம் வகுப்பு படிக்கும் மாணவர்கள் இரவு முழுவதும் படித்துக் கொண்டிருந்தார்கள். மாறனோ இரவுகளில் விஜியிடம் பேசிக்கொண்டிருந்தான். தேர்வுக்கு இரண்டு நாள் முன்பு வந்த அந்த இரவுதான் மாறன் நாகர்கோவிலுக்கு விஜியுடன் செல்வதற்கு காரணமாக இருந்தது.

ஒரு கையில் புத்தகமும் மறு கையில் கைபேசியுமாக மாறன் மாடியில் இரவு உட்கார்ந்திருந்தான். விஜியிடம் இருந்து குறுந்தகவல் வந்தது. அப்போது சிண்ட்ரெல்லா தேசம் குறித்து விவரித்தான் மாறன். சிண்ட்ரெல்லா தேசத்தின் அரசியாக விஜி தன்னை நினைத்திருக்க வேண்டும். வானிலிருந்து இறங்கிய தேவதைகள், சிண்ட்ரெல்லா ராணியின் மேலாடைகளை கழட்டிய கதையை மாறன் விஜியோடு தொடர்ந்திருந்தான். மாறன் காமத்தை வார்த்தைகளால் விஜியோடு பகிர்ந்து கொண்டான். விஜியின் மனமும் எல்லைக்கோட்டைத் தாண்டியது. "தீ என்று சொன்னால் சுடாது என்று நினைத்திருந்தாள்". காமத்துக்கு வயதில்லை என்பது நிரூபணம் ஆகிக்கொண்டிருந்தது. இரவு முழுவதும் படிக்கும்போது தூக்கம் வராமல் இருப்பதற்கு வைக்கப்பட்டிருந்த தண்ணீரை குடித்துக்கொண்டு தன்னை ஆசுவாசபடுத்திக்கொண்டான் மாறன். விஜி கைபேசியில் இருந்து தகவல் தொடர்ந்து வந்து கொண்டிருந்தது.

"நாளைக்கு நான் எங்க ஊருக்கு போறேன், அடுத்து டூ மந்த் கழிச்சு எக்ஸாம் எழுதுறதுக்குதான் வருவேன்" என்று ஒரு தகவல் வந்தது.

அதை படித்ததும் மாறனுக்கு காமம் குறைந்தது. அது சொல்லமுடியாத ஒரு உணர்ச்சி. கலவையான ஒரு உணர்வு. பாதி காமமும், கவலையும், காதலும் கலந்து மாறனை கலங்கடித்துக் கொண்டிருந்தது. கைவிரல்களை முறித்துக் கொண்டு தகவலை தொடர்ந்து அனுப்பினான்.

"என்னடி சொல்ற? ரெண்டு மாசம் கழிச்சு வருவியா அதுவரை நான் என்ன பண்றது" என்று கேட்டான்.

அவன் விஜியை 'டி' போட்டு அழைக்கத் தொடங்கி இருந்தான். அவளும் அதை பெரிதாக நினைத்துக் கொள்ளவில்லை.

"ஆமாடா, செம் ஹாலிடேஸ். இங்கிருந்து நான் என்ன பண்ண, வீட்லயும் கூப்பிடுறாங்க" என்றாள்.

"சரி போ. ஆனா தினமும் டெக்ஸ்ட் பண்ணு, நான் உன்னை ரொம்ப மிஸ் பண்ணுவேண்டி" என்று உருக்கமாக தகவலை அனுப்பினான்.

"சரிடா டேக் கேர் பை" என்று பதில் வந்தது.

மாறனும் அதை வாசித்துவிட்டு அமைதியாக உட்கார்ந்திருந்தான். புத்தகத்தைப் பார்த்தான் அதில் படிக்க வேண்டியது நிறைய இருந்தது. அவனுக்கு புத்தகத்தின் மீது எரிச்சல் அதிகமாக வந்தது. மணி ஒன்றை நெருங்கிக் கொண்டிருந்தது. தவளைகள், பூச்சிகள் சத்தம் கொடுத்துவிட்டு சோர்ந்து போய் தூங்கிப் போனது. விஜி பற்றிய எண்ணங்களை மாறன் மூளை தூங்காமல் சிந்தித்துக் கொண்டிருந்தது. மாறனின் மாடியில் இருந்த அமைதியை குலைக்குமாறு விஜியிடம் இருந்து ஒரு குறுந்தகவல் வந்தது. புத்தகத்தை வெறித்து பார்த்துக் கொண்டிருந்த மாறன் வேகமாக தகவலைத் திறந்து பார்த்தான்.

"அவ்ளோதானா" என்று ஒரு நிகழ்வுக்கு ஆரம்பமாக இருந்தது அந்த தகவல்.

அந்த தகவலை வாசித்ததும் மாறன் உடல் உஷ்னமானது. நேராக சென்று அவளை கட்டிப்பிடித்துக்கொண்டு இருக்க வேண்டும் போல் இருந்தது.

"நீதான் போறேன்னு சொல்ற, நீ தான் சொல்லணும்" என்று சோகமாக மறு தகவல் அனுப்பினான்.

"நீயும், நாளைக்கு நைட்டு என் கூட பஸ்ல வரியா?" என்று கேட்டாள் விஜி.

அந்த தகவலை பார்த்ததும் மாறனின் உணர்ச்சிகளை கடவுளாலும் விவரிக்க இயலாதவாறு இருந்தது. உணர்ச்சிகளின் உச்சத்தைத் தொட்டிருந்தான். மூளை கிரங்கிப் போனது. கற்பனையை தங்கு தடையின்றி அலையவிட்டான்.

"பஸ்ல வந்து உன்னை கிஸ் பண்ணலாமா?" என்று கேட்டான்.

"நீ வா பாப்போம், நாளைக்கு நைட் 8 மணிக்கு ஹாஸ்டல்கிட்ட வந்துரு, அங்க இருந்து மாட்டுத்தாவணிக்கு போய் அங்க இருந்து நாகர்கோவில் பஸ்ல ஊருக்கு போயிடலாம்" என்று திட்டத்தைத் தெளிவாக மாறனிடம் சொல்லி முடித்தாள்.

மாறனும் சரி என்ற மறு தகவலை அனுப்பியவுடனே இரவு வணக்கம் தகவலை அனுப்பி பேச்சை முடித்தான். எங்கு பேச்சைத் தொடர்ந்தாள் அவள் மனம் மாறி நாளை வரவேண்டாம் என்று சொல்லிவிடுவாளோ என்ற பயம் மாறன் மனதிற்குள் ஓடியது. அதன் பின் மாறன் கைபேசியை எடுக்காமல் தூங்கிவிட்டான். மாறனின் மனதில் பெரும் நிம்மதியும், சந்தோஷமும் இருந்திருக்க வேண்டும். காலை ஒரு சில மழை சாரல்களுடன் விடியத் தொடங்கியது. அந்த நாள் மாறனின் வாழக்கையில் மிக பெரிய பாடத்தை கற்று கொடுக்க காத்திருந்தது. விடிந்தவுடன் இருட்டிவிடாதா? என்று மாறன் தவித்தவாறே அந்த நாளை கழித்தான். இரவும் அவன் ஆசையை நிறைவேற்ற வந்ததைபோல் வந்தது. மாறனும் வீட்டில் பள்ளியில் இருந்து இண்டஸ்ட்ரியல் விசிட் அழைத்து செல்வதாக கூறிவிட்டு வந்து விஜிக்காக காத்துக் கொண்டிருந்தான். அப்போது பல்லனிடம் இருந்து அழைப்பு வந்தது.

கப்பலின் மேல் கொக்குகள் இரவிலும் பறந்து கொண்டிருந்தது. மாறன் ஆழ்ந்த சிந்தனையில் இருந்து மீழ்ந்தவனாக கண்களை கசக்கிக் கொண்டு கைபேசியைப் பார்த்தான். கப்பல் அமைதியான இருட்டில் நடுக்கடலில் மிதந்து கொண்டிருந்தது. மணி இரவு இரண்டை நெருங்கிக் கொண்டிருந்து. இவ்வளவு நேரம் மாறன் அவனுடய நடந்து முடிந்த வாழ்க்கை நிகழ்வுகளை அசைபோட்டவனாக உட்கார்ந்திருந்தான். நாற்காலியில் மடிக்கணினி திறந்தே இருந்தது. பல்லன் மீண்டும் அழைத்தான். மாறன் உடலை நெளித்துக்கொண்டு அழைப்பை எடுத்தான்.

"சொல்றா" என்றான் மாறன்.

"என்ன மாறன், பேஸ்புக்ல கவிதைலாம் பலமா போட்ருக்கீங்க?, எப்போடா ஊருக்கு வருவ?" என்று குழந்தை பிறந்ததை சுட்டிக்காட்டி சந்தோஷமாக பேசினான் பல்லன்

"நாளைக்கு கிளப்பிருவேன்டா, வந்துருவேன்" என்றான் மாறன்.

"சீக்கிரம் வந்து சேரு, வரும் போது நல்ல பாரின் சரக்கா புடிச்சுட்டுவா" என்றான் பல்லன்.

"டேய், விஜி பேஸ்புக்ல என்னோட போஸ்ட்க்கு கமெண்ட் பண்ணிருந்தாடா" என்றான் ஆச்சரியமாக.

"எந்த விஜிடா?" பல்லன் விஜியை மறந்தே போயிருந்தான்.

"டேய் லூசு, டுவல்த் படிக்கிறப்போ நம்ம கூட கல்யாணத்துக்கு போய், அங்க நான் ஒரு பொண்ண பாத்து லவ் பண்ணேனேடா, விஜிடா.. மறந்துட்டியா?" என்று பல்லனுக்கு நினைவுபடுத்தினான் மாறன்.

"அட பாவி, அவட்ட இன்னுமும் பேசிட்டு இருக்கியா?" என்று மாறனைவிட ஆச்சரியமாக கேட்டான் பல்லன்

"இல்லடா, அவ பேஸ்புக்ல கமெண்ட் பண்ணா, நான் பிரைவேட் மெசேஜ்'ல போய் ஹாய் அனுப்புனேன்" என்று மாறன் பேசிக்கொண்டிருக்கும் போதே விஜி பேஸ்புக்கில் மாறன் அனுப்பிய தகவலுக்கு மறு தகவல் அனுப்பினாள்.

மாறன் பல்லன் இணைப்பைத் துண்டித்துவிட்டு, விஜியுடன் பல வருடங்கள் கழித்து பேச ஆரம்பித்தான். இதயத் துடிப்பு மிதமான வேகத்தில் துடித்துக்கொண்டிருந்தது. கடந்த கால நினைவுகள் மாறனை மூச்சுத் திணற செய்து கொண்டிருந்தது.

23. காலங்கள் பொய்யானதே

பல வருடங்கள் கழித்து விஜியிடம் பேசுவதில் ஆர்வமாக இருந்தான் மாறன். பல நிகழ்வுகளை பகிர்ந்து கொள்ள மனம் ஏங்கியது.

"ஹாய், குழந்தை பிறந்ததற்கு வாழ்த்துக்கள் மாறன்" என்று விஜியிடம் இருந்து குறுந்தகவல் வந்தது.

விஜி அனுப்பியதை படித்துவிட்டு மாறனுக்கு ஏனோ சிரிப்பு வந்தது.

"ரொம்ப நன்றி, நீங்க எப்படி இருக்கீங்க? ரொம்ப வருஷம் ஆச்சு பேசி" என்று மரியாதையாக பேசினான்.

"நல்லா இருக்கேன் மாறா, வீட்ல எல்லாரும் எப்படி இருக்காங்க?" என்றாள் விஜி.

"எல்லாரும் நல்லா இருக்காங்க விஜி"

மீண்டும் மாறன் தகவலைத் தொடர்ந்து அனுப்பினான்.

"இன்னும் உங்கள விஜினு தான் கூப்பிடுறாங்களா? இல்ல பெர்சியா மாறிட்டீங்களா?"

"ஏண்டா அப்டி கேக்குறா, வீட்ல எல்லாரும் விஜின்னுதான் கூப்பிடுவாங்க. ஆபீஸ்'ல பெர்சினு கூப்பிடுவாங்க. ஆனா என்னோட பொண்ணுக்கு விஜினு கூப்டுறதுதான் புடிக்கும்" என்று மிகவும் எதார்த்தமாக பேசினாள்.

விஜியின் எதார்த்த பேச்சின் பின்னால் மிக பெரிய ரணகளம் நடந்துள்ளது. அதை நினைத்துப்பார்க்க மாறன் மனதிற்கு அப்போது தோன்றவில்லை. அந்த நிமிடத்தில் விஜியுடன் பேசுவது மாறனுக்கு சந்தோசத்தை கொடுத்தது.

"இல்ல எனக்கு விஜியதானே தெரியும் அதான் கேட்டேன்" என்றான்.

தொடர்ந்து பேசினான் மாறன்.

"ஓஹ், மேடம்க்கு பொண்ணா? என்ன பேரு வச்சிருக்கீங்க? இப்போ எங்க ஒர்க் பண்றீங்க?" என்றான்.

"நான் இப்போ நாகர்கோவில்'ல இருக்கேன் டா, இங்க லோக்கல்ல தெரிஞ்ச ஹாஸ்பிடல்ல நர்ஸ்சா இருக்கேன். சிங்கப்பூர்ல ஆரோன் நர்ஸ்சா வேல பாக்குறாரு, அங்கேயே எனக்கும் வேல பாத்துட்டாரு இன்னும் ஒன் மன்த்ல நான், அம்மா, பாப்பா எல்லாரும் சிங்கப்பூர் கிளம்புறோம் டா"

ஆரோன் விஜியின் கணவன் என்று மாறனுக்குப் புரிந்திருந்தது. அதனால் அவனை பற்றி அதற்கு மேல் மாறன் எதுவும் கேட்டுக்கொள்ளவில்லை.

"ஓஹ்.. வெளிநாடு போகணும்ன்றது உன்னோட கனவுல, ஃபைனலா நிறைவேற போகுது வாழ்த்துக்கள். அப்பா, என்ன பண்றாரு. இன்னும் மீன் பிடிக்க கடலுக்குள்ள போறாரா? எப்போ அந்த மீன் ஊறுகா தருவ?" என்று சிரித்தவாறு மாறன் குறுந்தகவல் அனுப்பினான்.

பல வருடங்களுக்கு முன்னால் விஜி மாறனிடம் பேசிக்கொண்டிருக்கும்போது அவர்கள் ஊரில் மீன் ஊறுகாய் மிகவும் பிரசத்தி பெற்றது என்று சொல்லிக்கொண்டு இருந்தாள். அதை நினைவில் கொண்டு மாறன் இப்போது கேட்டிருக்க வேண்டும்.

"இல்லடா அப்பா தவறிட்டாரு. நான் ரெண்டு மாசம் செமஸ்டர் ஹாலிடேய்க்கு ஊருக்கு போனேன்'ல, அப்போதான். அதுக்கப்புறம் நான் மதுரைக்கு ஒரு வருஷம் கழிச்சுதான் வந்தேன். அதும் காலேஜ்ல சர்டிபிகேட் வாங்கதான் வந்தேன்"

"ஓஹ், சாரி" என்றான் மாறன்

விஜியின் அப்பா மறைவுக்கு மாறனும் வருத்தப்பட்டுக் கொண்டான். 'அதுசரி தெரியும்போதுதானே உணர்ச்சிகளை வெளிப்படுத்த முடியும். யாரவது நல்லா இருக்கும் மனிதனை இப்போது செத்துப்போயிருப்பார் என்று நினைத்து வருத்தபட்டுக்கொள்ள முடியுமா? என்றெல்லாம் மாறன் மனதில் ஓடி இருந்திருக்க வேண்டும்'

தொடர்ந்து தகவல் அனுப்பினாள் விஜி,

"மீன் ஊறுகாதானே, நீ நாகர்கோவில் வா. ஒரு நாள் கண்டிப்பா உன்னோட ஒய்ப், குழந்தையோட வீட்டுக்கு வா விருந்தே வைக்குறேன், சாப்பிடு. உனக்கு இல்லாததா மாறா" என்றாள்.

அந்த வார்த்தைகள் மாறனை மகிழ்ச்சிபடுத்தியது. நிகழ்வுகளை அசைபோடுவதில் மகிழ்ச்சி என்றால் பேசிக்கொள்வதில் இன்னும் அதிகமான மகிழ்ச்சி இருந்தது. தொடர்ந்து பேசினான் மாறன்.

"கண்டிப்பா, வரேன் விஜி"

"என்னோட, பிரண்ட்ஸ்லாம் என்ன இப்பவும் கலாய்ப்பாங்க உன்ன வச்சு" என்று நடந்து முடிந்த கதையின் தொடக்கத்தைப் பேச ஆரம்பித்தான் மாறன்.

"எதுக்குடா கலாய்ப்பாங்க?" என்றாள் விஜி.

"இல்ல, உன்ன பாக்க உங்க ஹாஸ்டல் வரப்போ என்னோட ஃப்ரண்ட கூட கூட்டிட்டு வருவேனா, அதான் அவன் பப்பி லவ் னு சொல்லி கலாய்ப்பான்" என்றான் மாறன்.

"ஹா ஹா.. எதையுமே நானும் மறக்கல மாறா. ரொம்ப நாள் மனசுக்குள்ள உருத்திக்கிட்டே இருந்துச்சு. எனக்கே நான் செஞ்சது பிடிக்கல. நீதான் அப்போ சின்ன பையன் நானாச்சும் உங்கிட்ட மெச்சுர்ட்டா நடந்துருக்கணும். ஆனா அதையும் நான் பண்ணல. சின்ன வயசுலயே என்னால நெறய கஷ்டங்களை நீ அனுபவிச்சுருக்க. ஐ யம் வெரி சாரி மாறா" என்று வருத்தத்தோடு பேசினாள் விஜி.

விஜியின் வார்த்தைகள் மாறனுக்கு இதமாகவும், இதயத்தில் கனமாகவும் இருந்தது. ஜன்னல் வழியாக கடல் காற்று மெதுவாக கப்பலில் இருந்த மாறனின் அறைக்குள்ளே வந்தது.

"ஹேய், சாரிலா சொல்லாத. நீ சொல்லிருந்தாலும் அப்போ நான் கேக்குற மனநிலையில இல்ல. என்ன பொறுத்தவரை அது பப்பி லவ்வும் இல்ல. இப்போ உன்கூட இத்தனை வருஷம் கழிச்சு பேசுறப்போவும் மனசுக்கு இதமாதான் இருக்கு. என்னால பழைய மாறன உணர முடியுது. அன்னைக்கு சர்ச்ல

காலர்வச்ச சுடிதார் போட்டு நெத்தில அழகா சின்னதா ஒரு சந்தனம் வச்சிருந்த விஜிய, என்னோட விஜிய மறக்கவே முடியாது. அது என்னோட முதல் காதல் மட்டும் இல்ல விஜி, முதல் உணர்வும் கூட" என்று நெஞ்சம் உருக பேசினான்.

மாறன் அனுப்பிய வார்த்தைகள் விஜிக்கும் ஒரு இதமான உணர்வை ஏற்படுத்தியது. மாறனின் உணர்வுகளை மொத்தமாக புரிந்து கொண்டாள். மாறன் வார்த்தைகளால் தாயாக இருந்த விஜி கன்னியாகி போனாள்.

"ஐ டோட்டலி அக்சப்ட் யுவர் ஃபீலிங் மாறா, பட் கடவுள் என்ன நினைக்கிறாரோ அதானே நடக்கும். நாமெல்லாம் வெறும் மனுஷங்கதானே. சரி அத விடு கண்டிப்பா நீ வீட்டுக்கு வா. உன்னைய, உன்னோட குழந்தையலாம் பாக்கணும். உன்ன பாத்துட்டுதான் நான் சிங்கப்பூர் போவேன். வரேன்னு சொல்லி ஏமாத்தாம வா. நான் அப்புறம் பேசுறேன் ஹாஸ்பிடல்க்கு பேஷன்ட் எமர்ஜன்சியா வந்துருக்காங்க. டேக் கேர், பாய்" என்று முடித்தாள்.

மாறனுக்கு விஜியை அந்த இரவே பார்க்கவேண்டும் போல் இருந்தது. விஜி மாறனின் இன்னொரு குழந்தையாகி போனாள்.

"நம்பர் மட்டும் அனுப்பு விஜி, உன்னோட பழைய நம்பர் தான் என்கிட்ட இருக்கு" என்றான்.

விஜி அவளுடைய புதிய தொடர்பு எண்ணை அனுப்பி வைத்தாள். விஜிக்குத் தெரியாமல் சர்ச்சில் வைத்து அவள் அலைபேசி எண்ணை எடுத்ததை மாறன் நினைத்துக்கொண்டான். பல நினைவுகளுடன் காலை விடிந்தது. கப்பல் ஆஸ்திரேலியாவில் கிறிஸ்துமஸ் தீவில் கரை ஒதுங்கி நின்றது. கிறிஸ்துமஸ் தீவில் பல்லன் கேட்ட சாராயம், தமயந்திக்கு தேவைப்படும் பொருட்கள் என அனைத்தையும் வாங்கிக்கொண்டு அங்கிருந்து இந்தியாவுக்கு விமானத்தில் பறந்து சென்றான் மாறன். விமானத்தின் ஜன்னல் வழியாக மாறன் கடலை பார்த்தான். கடல் மீனாட்சி அம்மன் கோவில் தெப்பக்குளத்தைபோல் தெரிந்தது. சமுத்திரம் மாறனின் விடுப்பு கடிதத்தை அனுமதித்திருந்தது. வீட்டிற்கு போகும் மாறனுக்கு இன்ப அதிர்ச்சி காத்திருந்தது.

24. தமயந்தியும் மாறனும்

மாறன் வரும் சந்தோசத்தில் குழந்தையுடன் வீட்டில் இருந்தாள் தமயந்தி. தமயந்தியுடன் பிறந்தவர்கள் மூன்று பேர். மாறன் தமயந்தியை காதலிக்கும்போது அடிக்கடி சொல்லுவான் அவளை திருமணம் செய்து கொண்டால், அவனுக்கு ஒரு குடும்பமே புதிதாக கிடைக்குமென்று. அன்று அந்த வார்த்தைகள் நிஜமானதை நினைத்து சந்தோசபட்டுக்கொண்டாள் தமயந்தி. அவளின் இரண்டு அக்கா, கடைசி தங்கை என அனைவரும் தமந்தியையும் குழந்தையையும் பார்த்து சந்தோஷத்தில் ஆழ்த்திருந்தார்கள். மாறன் வந்த பின்பு குழந்தைக்கு பெயர் சூட்ட வேண்டும் என்று பேசிக்கொண்டார்கள். மாறன் குடும்பமும் தமயந்தி குடும்பமும் ஒன்றாக இணைந்திருந்தார்கள். அனைவரும் மாறன் வருகைக்காகத் தீவிரமாக காத்திருந்தார்கள்.

தமயந்தி தன்னுடைய கைபேசியில் பழைய புகைப்படங்களை பார்த்துக்கொண்டிருந்தாள். அதில் மாறனும், அவளும் சென்னை IT யில் வேலை செய்தபோது மழையில் எடுத்துக்கொண்ட புகைப்படம் இருந்தது. அதில் மாறன் வயது குறைவாக, கம்பிரமான இளைஞனாக இருந்தான். அப்போது மாறனின் மனதளவில் மாற்றம் நிகழ்ந்திருந்தாலும் உடலளவில் திடமாக இருந்தான். அவனுக்கான வாழ்க்கையை வாழ்ந்து கொண்டிருந்தான்.

'மேகத்தில் இருந்து வரும் நீர் எப்படி நிலந்தை நனைக்கிறதோ' அதேபோல மாறன் விஜியின் அன்பு மழையில் முழுமையாக நனைந்திருந்தான். ஆனால் விஜி பொழிந்ததோ கானல் நீர் என்று பிற்காலங்களில் உணர்ந்து கொண்டான் மாறன். வாழ்க்கை மாறனுக்கு வெறுமையாகவே சென்று கொண்டிருந்தது. இதற்கு மேல் மாறன் வாழ்வில் இன்னொரு காதல் வரும் என்று அவன் நினைத்து கூட பார்த்தது இல்லை.

மாறன் வாழ்க்கை முழுவதும் அவன் குடும்பத்திற்காகவே இருந்தது. கல்லூரியில் பட்டப்படிப்பு முடித்துவிட்டு IT யில் வேலைக்கு சேர்ந்திருந்தான். அங்கேதான் தமயந்தி மாறனுக்கு அறிமுகமானாள். தமயந்தி மாறன் குழுவில் வேலை செய்யும் ஒரு பெண். எப்போதும் எதையும் நிதானமாகவும் தைரியமாகவும் கையாளும் தமயந்தியின்

மனது மாறனைக் கவர்ந்தது. திருச்சியில் இருந்து தனியாக சென்னை வந்து வாழ்க்கையோடு போராடிக்கொண்டிருந்தாள். சிறுவயதில் இருந்தே தமயந்தி பல கஷ்டங்களை வாழ்க்கையில் அனுபவித்தவள். 'ஐந்து பெண்களை பெற்றால் அரசன் கூட ஆண்டி தான்' என்பார்கள், தமயந்தியின் தந்தையோ ஆண்டியாய் இருந்தபோதே நான்கு பெண்பிள்ளைகளைப் பெற்றிருந்தார். பெற்றதுடன் கடமை முடிந்தது என்று வேலைக்கு கிளம்பிவிட்டார். 'டாஸ்மாக் வேலை', வருடம் முழுவதும் முழுநேரமும் குடிப்பதுதான் தமயந்தி தந்தையின் பிரதான வேலையாக இருந்தது.

பின் குடும்ப அழுத்தம் காரணமாக வெளிநாட்டிற்கு சென்று விட்டார். அவர் குடித்ததுபோக பணம் இருந்தால் திருச்சியில் இருக்கும் அவர் குடும்பத்திற்கு அனுப்புவார். அவள் அம்மாவுடன் பிறந்த அண்ணன், அவர்கள் குடும்பத்தை பார்த்துக் கொண்டார்கள். தமயந்தி திருச்சியில் கல்லூரி படிக்கும்போதே பகுதி நேரமாக வேலைக்கு சென்று குடும்பத்தை வறுமையில் இருந்து மீட்டுக்கொண்டிருந்தாள்.

நான்கு பெண் பிள்ளைகளும் சண்டை போட்டுக் கொள்ளாமல் ஒற்றுமையாக வாழ்ந்தார்கள். எப்போதும் பொறுப்புடனும், பண்போடும் நடந்து கொள்வார்கள். அக்கா தங்கை சண்டைகள் அவர்களுக்குள் வருவது அரிதாகதான் இருந்தது. தமயந்தியும் சிறுவயதிலே சமூகத்தையும், ஆண் வர்க்கத்தையும் நன்றாக புரிந்து கொண்டிருந்தாள். விவரம் தெரிந்த பின்னிருந்து தமயந்தி தன் தந்தையுடன் பேசுவதை நிறுத்தி விட்டாள். அவளுடைய உழைப்பால் சம்பாதித்து கல்லூரியில் பாடம் பயின்றாள். அவளுடைய அம்மாவிற்கு பெண் பிள்ளைகளை எவ்வாறு வளர்க்க வேண்டும் என்று நன்றாக தெரிந்திருந்தது.

இத்தனை விவரமும் மாறனுக்கு தெரியவரும் முன்பே தமயந்தியை விரும்பினான். இது அனைத்தும் தெரிந்தபின்பு தமயந்தியை திருமணம் செய்து கொண்டான். தமயந்தி மாறனின் கண்களுக்கு மட்டும் அழகியாக தெரிந்தாள். இந்த முறை மாறன் சரியான வயதில் தமயந்தியை காதலித்தான். விஜி ஏற்படுத்தி சென்ற வடுவிற்கு தமயந்தி மருந்தாக இருந்தாள். அறிமுகமில்லாத ஆண்களுடன் பழகுவதில் அவளுக்கு அதிகமாக பயம் இருந்தது .

'உண்மைதான் மனிதர்களுடன் அவ்வளவு எளிதில் பழக முடியாத சூழ்நிலையில்தான் அனைவரும் தவித்துக் கொண்டிருக்கிறார்கள். அதுவும் பட்டினத்தில் மனிதர்கள் போடும் முகமூடியை எண்ணிக்கையில் அடக்கிவிட முடியாது'

தமயந்திக்கு இந்த நிலைமை என்றால் மாறன் சூழ்நிலை இன்னுமும் வேறாக இருந்தது. மதுரையில் மட்டுமே இருபது வருடங்களுக்குமேல் இருந்தவன், திடீரென்று சென்னையில் வேலைக்கு வந்ததால் அங்கு இருக்கும் நிலப்பரப்புகளையும், மனிதர்களையும் புரிந்து கொள்ள முடியாமல் தவித்துப்போனான். அலுவலக வாழ்க்கை வெறுத்திருந்தது. சலிப்பாக வாழ்ந்து கொண்டிருந்தான். சில நேரங்களில் ஊருக்குத் திரும்பி சென்றுவிடலாம் என்று கூட மாறனுக்குத் தோன்றி இருந்தது. நண்பர்கள் யாரும் அமையவில்லை. தமிழை வேறுவிதமாக உச்சரிக்கும் மக்கள் மாறனுக்கு வாழ்க்கை மீது பயத்தைக் காட்டி இருந்தார்கள். இரைச்சல்களும், புழுதிகளும் மாறனை தினம் தினம் குழப்பிக் கொண்டிருந்தது.

அன்று ஒரு நாள் அலுவலகத்திலும் மாறனுக்கு அழுத்தம் அதிகமாக கொடுக்கப்பட்டது. ஊருக்குத் திரும்பிவிடலாம் என்று முடிவெடுத்தான். அப்போதுதான் மெரூன் நிற லெகின்ஸ் மற்றும் ஆரஞ்சு நிற மேலாடை அணிந்தவாறு தமயந்தி அலுவலகத் தோட்ட பகுதியில் நடந்து வந்தாள். அப்போதுதான் முதல் முறை மாறன் தமயந்தியை பார்த்தான். தமயந்தியின் பாதத்தைதான் மாறன் முதலில் பார்த்தான். நிறத்திற்கு எப்போதும் ஒரு ஆற்றல் இருக்கிறது, ஏனோ அன்று அந்த மெரூன் நிறம் மாறனின் மனநிலையை மாற்றி சமாதானபடுத்தியது. பார்வையை உயர்த்தி தமயந்தியைப் பார்த்தான். அவளுடைய அந்த நடை மாறனின் மனதில் கவனம் பெற்றது. தமயந்தி சிறு குழந்தையைபோல கைகளை வீசி நடந்தது மாறனைக் கவர்ந்திருந்தது. தமயந்திக்கு பெரிய கண்கள், அவள் சிரித்தால் முன்வரிசை பற்கள் மட்டும் தெரிந்தது, அதிலும் முதல் இருந்த நான்கு பற்களும் பெரிய பற்கள். தமயந்தி மாறன் கண்களுக்கு மட்டும் கவிதையாகி இருந்தாள்.

பின் மாறன் அவளை அடிக்கடி பார்த்தான். ஒரு நாள் அலுவலக உணவகத்தில் தமயந்தி சாப்பிட்டுக் கொண்டிருந்தாள். மாறனுக்கு தன் மீது விருப்பம் இருப்பதை

அவள் அறிந்திருந்தாலும் அதை வெளிக்காட்டிக்கொள்ளவில்லை.

மாறன் தமயந்தி எதிரே உட்கார்ந்தான். தமயந்தி மாறனை பார்த்தாள். மாறன் தைரியமாக தமயந்தியின் உருண்டையான கருவிழிகளைப் பார்த்து பேசத் துவங்கினான்.

"உங்கட கொஞ்சம் பேசலாமா" என்று முறையாக பேச்சை ஆரம்பித்தான்.

"நீங்க என்ன பத்தி உங்க மனசுல என்ன நெனச்சுருக்கீங்கனு எனக்கு தெரியும், பட் அதுல எனக்கு இன்ட்ரெஸ்ட் இல்ல. நீங்க நெனைக்குற மாதிரி பொண்ணும் நான் இல்ல" என்று மாறனின் பேச்சிற்கு ஆரம்பத்திலேயே முற்றுப்புள்ளி வைத்தாள் தமயந்தி.

தமயந்தியின் வெளிப்படையான பேச்சும் மாறனுக்குப் பிடித்திருந்தது. மாறனும் வெளிப்படையாகவே பேசினான்.

"தமயந்தி, நான் உங்ககிட்ட ஒரு தேங்க்ஸ் சொல்லதான் வந்தேன். எதுக்காக தேங்க்ஸ்னு கேக்காதீங்க அத நேரம் வரும்போது சொல்றேன். நீங்க சொல்ற மாதிரி என்னோட மனசுல இருக்க விஷயம் எல்லாம் உண்மைதான். ஆனா அத நான் இப்போ இங்க சொல்ல வரல, பட் நீங்களே பேச்ச ஆரமிச்சுட்டீங்க சோ.. சொல்லிட்றேன்"

மாறன் பேசுவதை தமயந்தி கூர்ந்து கவனித்தாள்.

"உங்கள எனக்குப் பிடிச்சுருக்கு. என்னோட மனசுல தோணுனத ஒரு பையனா உங்கள பாத்து சொல்லிட்டேன். நான் கம்பெல் பண்ண விரும்பல. இதுக்குமேல உங்க விருப்பம். இல்ல இப்போ நான் சொன்னதையே மேனேஜ்மென்ட்கிட்ட சொல்லி ப்ரோப்லம் பண்ணாலும் தட் இஸ் ஆல்சோ யுவர் விஷ்" என்று எளிமையாக பேசி முடித்துவிட்டு கிளம்பி சென்றான்.

தமயந்தி அவனுடைய அணியிலேயே வேலை செய்தாள். மாறனிடம் அடிக்கடி வேலை குறித்து பேசவேண்டிய கட்டாயம் இருந்தது. மாறனுக்கு சூழ்நிலை சாதகமாக இருந்தும் அவளை ஒரு நாளும் தொல்லை செய்தது

கிடையாது. தமயந்தியின் நெருங்கிய தோழி பர்வீன் ஒரு இஸ்லாமிய சகோதரி, மாறனுக்கும் நல்ல தோழியாக இருந்தாள். ஒரு ரம்ஜான் தினத்தன்று தமயந்தியும், பர்வினும் அலுவலகம் முடித்துவிட்டு பர்வின் வீட்டிற்கு சென்றார்கள். மாறனுக்கும் பர்வின் அழைப்பு விடுத்திருந்தாள். பர்வினின் அம்மா மாறனையும் தன் மகனைபோல் பார்த்துக்கொண்டாள். தெரியாத ஊரில் பர்வின் வீடு மாறனுக்கு சொந்த வீட்டைப் போன்ற உணர்வைத் தந்தது. பர்வினின் அம்மாவைப் பார்த்து மதம், இனம், சாதி, மொழி, ஊர், நாடு இப்படி எது வேண்டுமானாலும் வேறுபடலாம் தாய் அன்பு எங்கும் வேறுபடாது என்று மாறன் உணர்ந்து கொண்டான்.

அம்மாவிடம் பேசிக்கொண்டே தமயந்தியும், மாறனும் பர்வின் வீட்டில் பிரியாணி சாப்பிட்டு முடித்தார்கள். மணி இரவு எட்டு ஆகிக்கொண்டிருந்தது. பர்வின் வீட்டில் இருந்து தமயந்தி தங்கி இருந்த விடுதி மிகவும் தூரம். தமயந்தி விடுதிக்கு சென்றால்தான் அவளுடைய சக தோழி உறங்குவாள். அவளுக்குத் தனியாக உறங்க பயம். அதனால் தமயந்தி விடுதிக்கு போயாக வேண்டிய கட்டாயம் இருந்தது. உண்மையில் சூழ்நிலை மாறனுக்கு உதவியது. மாறன் தமயந்தியை வண்டியில் ஏற்றிக்கொண்டு முதல் முறையாக போரூர் நெடுஞ்சாலையில் சென்றான். சூழ்நிலையுடன் மழையும் இணைந்துகொண்டு மாறனுக்கு உதவியது. மழையில் நனைந்தவாறே தமயந்தியை அவள் விடுதியில் பத்திரமாக கொண்டு சேர்த்தான். தமயந்தி இறங்கி விடுதி நுழைவிற்குள் சென்றாள். மாறன் வண்டியை 'யு டர்ன்' செய்து கொண்டிருந்தான். திடீரென தமயந்தி திரும்பி மாறனை அழைத்தாள். மாறன் திரும்பிப் பார்த்தான்.

தமயந்தி உடல் முழுவதும் நனைந்திருந்தது. தலைமேல் இருந்த மழைநீர் அவள் கண்ணின் இமைகளில்பட்டு கன்னத்தின்மேல் வடிந்து, உதட்டிற்கு வந்தது. நாக்கை மெதுவாக உதட்டின் வெளியே நீட்டித் தேய்த்துக் கொண்டாள். நீர்த்துளிகள் நாக்கின் வழியாக வாய்க்குள் சென்றது. மஞ்சள் நிற தெருவிளக்கின் வெளிச்சத்தில் மழையும் தமயந்தியும் இன்னும் அழகாக தெரிந்தார்கள்.

"தேங்க்ஸ்" என்றாள் மாறனை பார்த்து.

மாறன் சரி என்றவாறு தலையை ஆட்டிக்கொண்டான்.

"ஒரு போட்டோ எடுத்துக்கலாமா?" என்று கேட்டான்.

"எதுக்கு?" என்றாள் தமயந்தி.

"இல்ல. இந்த லைட் நல்லா இருக்கு, மழைல வந்துருக்கோம் சும்மா ஒரு மெமரிஸ்க்காக" என்றான்.

தமயந்தியும் சம்மதித்தாள். இருவரும் அவள் விடுதி முகப்பில் மழையில் நின்றவாறு 'செல்பி' எடுத்துக்கொண்டார்கள். நிலா நடப்பதைப் பார்த்தவாறு மௌனம் காத்துக்கொண்டிருந்தது. அப்போது தமயந்தி கைபேசியில் அவர்கள் எடுத்துக்கொண்ட புகைப்படத்தைதான் தற்போது பார்த்து நடந்த நிகழ்வை அசைபோட்டவாறு மனதிற்குள் சிரித்துக்கொண்டாள். அகத்தின் சிரிப்பு புறத்திலும் தோன்றியது. அவள் குழந்தை தன் அம்மா சிரிப்பதை ரசித்துப் பார்த்துக்கொண்டு தானும் சிரித்துக்கொண்டது.

25. அர்த்தமுள்ள மன்னிப்பு

மாறன் தமயந்தின் காதல் வாழ்க்கை சுமூகமாக சென்று கொண்டிருந்தது. மாறனின் காதலை தமயந்தி புரிந்து கொண்டிருந்தாள். அவனுடன் எந்த தயக்கமும் இல்லாமல் பேசுவாள். அவள் விடுதியில் சமைத்த சாப்பாடை மாறனுக்கு கொண்டு வருவாள். மாறனுடன் தைரியமாக வெளியே நடமாடினாள். தமயந்தி மாறன் காதலை ஏற்றுக்கொண்டதில் பிரிவின் பங்கு அதிகமாக இருந்தது.

ஒரு முறை மாறன் ஒருவார காலம் அலுவலகத்திற்கு வரவில்லை, மாறனின் இருக்கை காலியாக இருந்தது. தமயந்தி வாழ்க்கையில் எதையோ இழந்ததைபோல அவளுக்குத் தோன்றியது. மாறன் இல்லாத நாட்களில்தான் அவன் தாக்கம் தமயந்தி வாழ்க்கையில் எவ்வளவு ஆற்றல் மிகுந்ததாக இருந்திருக்கிறது என்று அவள் உணர்ந்திருந்தாள்.

மாறன் ஒருவாரம் கோயம்பத்தூர் சென்றிருந்தான். அங்கு கப்பலில் பணிபுரிய விரும்புபவர்களுக்கான நுழைவுத்தேர்வு நடத்தப்பட்டது. மாறன் நுழைவுத்தேர்வை எழுதினான். அவன் தேர்வு எழுதிய பள்ளியில் இருந்த வேப்பமரத்தின் அடியில் வயதான தோற்றத்தில் ஒருவரை பார்த்தான். மாறனுக்கு அவர் முகம் நன்றாக பரிச்சயமான முகமாக தெரிந்திருந்தது.

அவருக்கு வயதாகியிருந்தாலும் உடல் மெலிவாகவும் முகம் பொலிவாகவும் காணப்பட்டார். அவர் அருகே நடந்து செல்லும்போது பன்னிரெண்டாம் வகுப்பு PT வாத்தியார் வைகுந்தனை அடையாளம் கண்டுகொண்டது மாறனின் மூளை. பல வருடம் கழித்து அவரை பார்த்த சந்தோசத்தில் மாறன் வேகமாக PT வாத்தியார் அருகே சென்று பேசத்துவங்கினான்.

"சார்" என்று முகம் முழுவதும் சந்தோசமாக PT வாத்தியாரை அழைத்தான்.

PT வாத்தியார் கண்களை சுருக்கி மாறனைப் பார்த்தார். அவனை உடனடியாக அடையாளம் கண்டு கொண்டார். PT வாத்தியார் முகத்திலும் புன்னகை மலர்ந்தது.

"மாறா..." என்று சத்தமாக உரிமையாக அழைத்தார்.

"சார், எப்படி இருக்கீங்க? பாத்ததும் அடையாளம் கண்டு பிடிச்சுட்டீங்களே?" என்றான் மாறன்.

"உன்ன மறக்க முடியுமா மாறா.. மறக்குற அளவுக்கா நீ சேட்டை பண்ணிருந்த" என்று சிரித்துக்கொண்டார்.

மாறனுக்கு ஒரு நிமிடம் பள்ளிக்கூடம் கக்கூஸில் வெடித்த வெடி சத்தம் கேட்டது, கூடவே சிரிப்பும் வந்தது. மாறனும் சிரித்துக்கொண்டான். வேப்பமரத்தின் அடியில் இருவரும் உட்கார்ந்து சாவகாசமாக பல விஷயங்களைப் பேசிக்கொண்டார்கள். PT வாத்தியாரிடம் அவன் பார்க்கும் வேலை குறித்து விவரித்துக் கொண்டிருந்தான் மாறன். PT வாத்தியார் பொறுமையாக கேட்டுக்கொண்டார்.

"இப்போ, இங்க நேவி எண்ட்ரன்ஸ் எக்ஸாம் எழுதிருக்கேன் சார்" என்று கூறினான் மாறன்.

"ஓஹ், குட் மாறா. எப்படி எழுதிருக்க" என்று கேள்வி எழுப்பினார் PT வாத்தியார்.

"கிளியர் பண்ணிருவேன்னுதான் நினைக்குறேன் சார்" என்று சொல்லியவாறு மெதுவாக உதட்டை மடித்து சிரித்துக்கொண்டான் மாறன்.

"குட், நம்பிக்கையோட இரு நல்லதே நடக்கும்" என்றார்.

PT வாத்தியாரின் வார்த்தைகள் மாறனுக்கு ஆறுதல் அளித்தது. மனம்விட்டு பேசத்துவங்கினான் மாறன்.

"சார், ரொம்ப சாரி. மன்னிப்பு கேக்குறதுக்கு இதுதான் நல்ல சந்தர்ப்பம்னு தோணுது. உங்களுக்கு நான் நெறய கஷ்டம் குடுத்துட்டேன். நீங்க எவ்வளவோ சொன்னிங்க படிக்க சொல்லி, பட் நான் தான் கேர்லேஸ்ஸா இருந்துட்டேன். ஆனா லைப் கத்துக்குடுத்த பாடம் வேற மாதிரி இருக்கு சார்" என்று உணர்ச்சி வசப்பட்டு பேசினான் மாறன்.

மாறன் தன்னிலையை உணர்ந்து PT வாத்தியரிடம் மன்னிப்பு கேட்டது, அவரைப் பூரிப்படைய செய்திருந்தது.

இத்தனை வருடங்களில் அன்று தான் முழுமையான வாத்தியாராக உணர்ந்திருந்தார்.

"டேய், மாறா... ஏன்டா கலங்குற? வாழ்க்கைல எதுக்குமே கலங்க கூடாதுடா. சோகங்களும் வலிகளும் மேகக்கூட்டம் மாதிரிதான் உன்னோட நம்பிக்கைன்ற காற்றை வச்சு கலைச்சுட்டு போயிட்டே இருக்கணும். ஆமா, சின்ன வயசுல படிக்க சொன்னோம் நீ படிக்கல. இப்போ என்ன ஆயிப்போச்சு. ஒரு விஷயத்தை நல்ல புரிஞ்சுக்கோ மாறா நீ இன்னும் உயிரோடதான் இருக்க. நீ சாதிக்க பொறந்தவன்டா. சின்ன வயசுலயே அவளோ சார்ப்பா இருந்த, இப்போ என்னடா ஆச்சு உனக்கு? இந்த பிரச்னை, சந்தோசம் இதலாம் வரும், போகும். ஆனா நாம வாழ்க்கைய வாழ்ந்துகிட்டே இருக்கணும் அவ்ளோதான். தைரியமா இரு நல்ல வந்துருவ" என்று கூறிவிட்டு கண்களில் அணிந்திருந்த கண்ணாடியை கழட்டித் துடைத்துக்கொண்டார்.

மாறனின் மனதில் நம்பிக்கை பெருகி இருந்தது. PT வாத்தியார் பேசுவதை கவனித்துக் கொண்டிருந்தவன், திடீரென அவரை இறுக்கமாக கட்டி அணைத்துக்கொண்டான். PT வைத்தியரை கட்டியணைத்ததும் உடல் முழுவதும் யானை பலம் கிடைத்ததைபோல உணர்ந்தான். PT வாத்தியார் மாறன் முதுகில் தட்டிக் கொடுத்தார். மாறன் விடைபெற்றுக்கொள்ள வேண்டிய நேரம் வந்தது.

"சரி சார் கிளம்புறேன், உங்கள பாத்ததுல சந்தோசம்" என்றான்.

PT வாத்தியார் சிரித்துக் கொண்டார். மாறன் அவரைவிட்டு நடந்து சென்றான். திடீரென்று மாறன் பின்னால் இருந்து PT வாத்தியார் குரல் வந்தது.

"உன்னோட வயசு பொண்ணா பாத்து சீக்கிரம் கல்யாணம் பண்ணிக்கோ மாறா" என்று சத்தமாக சொன்னார்.

விஜியை பற்றி PT வாத்தியாரிடம் எதுவும் சொல்லவில்லை மாறன். எப்படி இவ்வளவு நிச்சயமாக வேறு ஒரு பெண்ணைத் திருமணம் செய்து கொள்ள சொல்கிறார் என்று யோசித்தவாறு திரும்பி PT வாத்தியாரைப் பார்த்தான்.

"உன்னோட வயச கடந்துதானடா வந்துருக்கேன்" என்றவாறு மெதுவாக சிரித்துக்கொண்டார்.

PT வாத்தியார் சொன்ன அந்த வார்த்தை மாறனை நெகிழ வைத்தது.

ஒரு வாரம் கழித்து மாறன் அலுவலகம் சென்றான். மாறனைப் பார்த்த தமயந்திக்கு அவளுடைய அம்மா நியாபகம் வந்தது. வேறு எந்த ஆணைப் பார்த்தும் அவளுக்கு அப்படி ஒரு உணர்வு ஏற்பட்டிருக்கவில்லை. மாறனிடம் முக்கியமான விஷயம் சொல்லவேண்டும் என்று இரவு தேனீர் விடுதிக்கு அழைத்திருந்தாள் தமயந்தி. மாறனும் அந்த இரவிற்கு தயாரானான். மீண்டும் மாறன் வாழ்க்கையில் என்ன நடக்கப் போகிறது என்று பார்க்க நிலவு ஆவலாக காத்திருந்தது.

26. தமயந்தியின் காதல் வெளிப்பாடு

சூரியன் மெதுவாக மறைந்து கொண்டிருந்தது. வீதிகளில் தெரு விளக்குகள் எரியத்துவங்கி இருந்தது. வழக்கம்போல் டீ கடைகள், ஷாப்பிங் காம்ப்லெக்ஸ்கள் பரபரப்பாக காணப்பட்டது. தமயந்தி மாறனுக்காக உயர்தர காபி கடையில் காத்திருந்தாள். மாறன் சிறிது தாமதமாக கடைக்கு வந்தான். அன்று இரவு தமயந்தி கண்களுக்கு மாறன் அவ்வளவு அழகாக காட்சியளித்தான். இருவரும் காபி ஆர்டர் செய்தார்கள். இதயம் வரைந்தவாறு இரண்டு காப்பிகளும் குவளையில் கொண்டுவந்து வைக்கப்பட்டது. இருவரும் காபியில் மேல் இருந்த நுரையில் இதயம் வரையப்பட்டதை பார்த்து சிரித்துக் கொண்டார்கள். மாறன் பேசத்துவங்கினான்.

"தமயந்தி எதோ பேசணும்னு வரச்சொன்ன" என்றான்.

காப்பி குவளையில் இருந்து புகை வந்து கொண்டிருந்தது. அவர்களுக்கு எதிரே இருந்த மேசையில் இரண்டு காதல் ஜோடிகள் வெளியே கேட்காத அளவிற்கு மெதுவாக பேசிக்கொண்டே காப்பி குடித்துக் கொண்டிருந்தார்கள். தமயந்தி பல விஷயங்களை யோசித்தவாறு பேசத் தொடங்கினாள்.

"தெரில மாறா. எதோ உன் பக்கத்துல இருக்கணும்னு தோணுச்சு, அதான் வர சொன்னேன்" என்றாள்.

மாறன் தமயந்தியின் உணர்வுகளை புரிந்து கொண்டான். தமயந்தியின் கண்களை மாறன் இதற்கு முன்பு அவ்வளவு வெட்கத்துடன் பார்த்தது இல்லை. தமயந்தியின் கண்கள் மாறனை பார்க்க வெட்கப்பட்டுக் கொண்டிருந்தது. மாறன் உணர்ச்சிகளை கட்டுப்படுத்திக்கொண்டு பேசத்துவங்கினான்.

"நான் எப்பவும் உன் பக்கத்துலதான் இருப்பேன். நான் எங்க இருந்தாலும், எவளோ தூரம் போய் இருந்தாலும் உன்ன நினைக்காம இருக்க மாட்டேன்" என்றான்.

மாறன் பேசிய வார்த்தைகள் தமயந்திக்கு ஆறுதலாக இருந்தது.

"இல்ல மாறா, சின்ன வயசுல இருந்தே நெறய கஷ்டத்தை அனுபவிச்சுட்டேன். ரொம்ப சுயநலமா இருக்கு இந்த உலகம். நான், அக்கா, அம்மானு வளந்துட்டேன். ஆம்பளைங்க கிட்ட ஜாக்கிரதையா இருக்கணும்னு சொல்லியே வளத்துட்டாங்க. ஆனா நீ மத்தவங்க மாதிரி இல்ல மாறா. உனக்கு சுயநலம் இல்ல, எல்லார்கிட்டயும் நீ 'நீயா' இருக்க, முகமூடி போட்டுக்காத உன்னோட முகம், மத்தவங்களுக்காக யோசிக்கிற உன்னோட மனசு... நான் தான் உன்ன புரிஞ்சுக்க டைம் எடுத்துகிட்டேன்" என்று உணர்ச்சி வசப்பட பேசினாள் தமயந்தி.

தமயந்தியின் முகம் முழுவதும் சோகம் கலந்த சந்தோசம் இருந்தது. தமயந்தியின் வார்த்தைகளில் உண்மை இருந்தது.

"இப்போ ஏன் இவளோ எமோஷன் தமயந்தி. ஃப்ரியா விடு எல்லாம் நல்லதுதான் நடக்கும்" என்றான்.

தமயந்தி எதுவும் பேசவில்லை அமைதியாக உட்கார்ந்திருந்தாள். 'லவ் யூ மாறா' என்று மாறனிடம் சொல்ல வேண்டும் போல் தமயந்தியின் மனதும் உதடுகளும் துடித்துக் கொண்டிருந்தன.

"தமயந்தி, உன்கிட்ட ஒரு விஷயம் சொல்லணும்" என்றான் மாறன்.

"சொல்லு மாறா" என்று சந்தோசமாக கேட்டாள் தமயந்தி.

மாறன் விஜியுடன் பழகியது, அவளைக் காதலித்தது, அவர்கள் வாழ்க்கையில் நடந்த நிகழ்வுகள், சோகங்கள் என அனைத்தையும் சொல்லிக்கொண்டிருந்தான். தமயந்தி மிகவும் ஆர்வமாக கேட்டுக்கொண்டிருந்தாள். நேரம் போவதே தெரியாமல் இருவரும் பேசிக்கொண்டிருந்தார்கள். மாறன் தொடர்ந்து பேசிக்கொண்டிருக்கும்போது கடையில் வேலை பார்த்த பணியாள் குறுக்கிட்டான்.

"சார், சாரி ஃபார் டிஸ்டர்பிங். ஷாப் டைமிங் ஓவர் சார்" என்று பணிவோடு கூறினான்.

மாறன் சொல்லிக்கொண்டிருந்த கதையில் வாழ்ந்து கொண்டிருந்தாள் தமயந்தி. கடைக்காரர் குறுக்கே வந்து பேசியதும் இருவரும் நிகழ்காலத்திற்கு வந்தார்கள். மணி

இரவு பத்து ஆகிக் கொண்டிருந்தது. மணியை பார்த்துவிட்டு ஒருவரை ஒருவர் பார்த்து சிரித்துக்கொண்டு கடையைவிட்டு கிளம்பினார்கள். தமயந்தியை மாறன் இருசக்கர வாகனத்தில் அழைத்து சென்று போரூரில் உள்ள அவள் விடுதியில் இறக்கிவிட்டான். இரவு குளிர்ந்து இருந்தது. மாறன் விடுதியில் இருந்து கிளம்புவதற்கு தயாரானான். இருட்டான வீதியில் தெருவிளக்கிற்கு கீழ் இருவரும் நின்று கொண்டிருந்தார்கள். தமயந்தி கண்கள் நிறைய அன்புடன் மாறனிடம் கேட்டாள்,

"மாறா, சிண்ட்ரெல்லா தேசத்து அரசியா நான் ஆகிக்கலாமா?"

மாறன் சரி என்றவாறு தலையை அசைத்து சிரித்தான். தமயந்தியும் வெட்கத்தோடு சிரித்துக்கொண்டாள். மாறன் வாகனத்தை யூ டர்ன் செய்து கிளம்பி சென்றான். அன்று இரவு முழுவதும் தமயந்திக்கு சரியான தூக்கம் இல்லாமல் மாறனைபற்றி யோசித்துக்கொண்டே கட்டிலில் உருண்டு கொண்டிருந்தாள்.

"மாறா, நீ ஒரு தூய்மையான உயிர். சின்ன வயசுலயே நீ இவளோ விஷயங்கள பாத்துருக்கியாடா? எதுனால உனக்கு இவளோ உணர்ச்சி. நீ ஏன் மனிதர்கள இவளோ நேசிக்குற? காதல்னா என்னன்னே தெரியாத வயசுல இந்த அளவுக்கு ஒரு பொண்ண காதலிக்க முடியுமா? உன்ன எப்படி அவுங்களால மறக்க முடிஞ்சுச்சு? அடுத்தவங்க உணர்ச்சிகளை புரிஞ்சுக்குற உன்னோட மனசு, நல்லத மட்டுமே நெனைக்குற உன்னோட சிந்தனை, உனக்குன்னு இருக்க தனி வாசம் இதல்லாம் ஒரு பொண்ணு வேணாம்னு சொல்லிட்டு தூக்கி எறிஞ்சுட்டு போக முடியுமா? வா மாறா புதுசா முதல இருந்து ஸ்டார்ட் பண்ணலாம்!! நமக்கான வாழ்க்கைய வாழலாம். உலகம் முழுவதும் சுத்தலாம். உனக்கு தண்ணி தாகம் எடுக்கறப்போலாம் உன் பக்கத்துல நான் இருப்பேன். நம்மளோட கடைசி காலத்தை எதாவது தீவுல களிக்கலாம், மனிதர்களை, உலகத்தை மறந்து பழங்குடியினரா வாழலாம், வாழும் போதே திரும்ப பிறக்கலாம். எனக்கு அப்பாவா நீயும் உனக்கு அம்மாவா நானும்.." என்றவாறு தமயந்தியின் மனதிற்குள் எண்ண ஓட்டங்கள் கட்டுப்பாடுகளற்று பறந்து விரிந்து கொண்டிருந்தது.

27. கடல் தேசத்தின் நியமன கடிதம்

காதல் இரண்டாவது முறை மாறன் வாழ்க்கையில் மலர்ந்திருந்தது. காதல் ஜோடிகள் என்றாலே ஊர் சுற்றவேண்டும், சினிமாவிற்கு செல்ல வேண்டும், இரவு முழுவதும் கைபேசியில் பேசிக்கொள்ளவேண்டும், அடிக்கடி 'ஐ லவ் யூ" சொல்ல வேண்டும் என்ற எழுதப்படாத விதிகளை உடைத்திருந்தார்கள். அவர்களின் காதலை மனதளவில் கொண்டாடினார்கள். மாறனும், தமயந்தியும் காதலித்தது அவர்கள் அலுவலகத்தில் பர்வினைத் தவிர்த்து யாருக்கும் தெரிந்திருக்கவில்லை. காதல் இரு மனத்திற்கான அந்தரங்கம், அதை பொது வெளியில் காட்டிக்கொள்ள அவர்கள் விருப்பப்பட்டிருக்கவில்லை. மாறனுடைய காதலோடு காலமும் கடந்து சென்றது.

ஒரு நாள் காலை, சூரியனின் பொன்னிறக்கதிர்கள் தெருக்கள் முழுவதும் பரவி இருந்தது. இரவில் வாடைக்காற்றில் கிடந்த கட்டிடங்களுக்கு சூரிய ஒளி கதகதப்பை ஏற்படுத்திக் கொண்டிருந்தது. வீதியில் சென்ற சிலர் "என்ன காலைலயே இப்படி வெயில் அடிக்குது" என்று நினைத்துக் கொண்டார்கள். ஒரு சிலர் காலை சூரியனில் இருந்து வரும் கதிர்கள் நல்லது என்று சூரியனை நோக்கி முகத்தைக் காட்டியவாறு உட்கார்ந்திருந்தார்கள். சூரியக்கதிர்கள் அவர்கள் உடம்பிற்குள் புகுந்து தேவையற்ற கொழுப்பைக் கரைத்து உப்பு நீராக வெளியேற்றியது. மாறன் நிம்மதியாக உறங்கிக் கொண்டிருந்தான்.

ஊரில் இருந்து மாறனின் அப்பா தொலைபேசியில் தொடர்பு கொண்டார். மாறன் அழைப்பை எடுத்து பேசினான். அப்பா காலையிலே மகிழ்ச்சியான செய்தியை மாறனிடம் சொன்னார்.

"மாறா, கப்பல்ல உனக்கு வேல கெடச்சுருச்சுடா, கும்புட்ட சாமி எல்லாம் கைகுடுத்துருச்சுடா" என்று மிகுந்த சந்தோசத்துடன் பேசினார்.

மாறனுக்கு அவன் அப்பா பேசுவது கனவுபோல தெரிந்தது. பின் தெளிவாகிக்கொண்டு அவர் பேசுவதை கவனித்தான்.

"உடனே வந்து சேந்துக்க சொல்லி போட்ருக்காங்கடா, ட்ரைனிங்க்கு ஒடிசா வர சொல்லிருக்காங்கடா" என்றார்.

அப்பாவின் சந்தோசம் நிறைந்த முகத்தை மாறனால் உணர்ந்திருக்க முடிந்தது. அன்று முதல் கடல் தேசம் மாறனை தன்வசம் இழுக்க ஆரம்பித்திருந்தது.

வேலை கிடைத்த விஷயத்தை, முதல் வேலையாக தமயந்தியிடம் கூறினான். அவன் வேலை கிடைத்ததை சொன்னதும் தமயந்தி அமைதியாக இருந்தாள். தமயந்தியை சந்தோசம் ஒருபுறமும், மாறன் அவளைவிட்டு சென்று விடுவான் என்ற சோகம் மறுபுறமும் ஆட்டிப்படைத்தது.

"என்ன இவளோ சந்தோசமான விஷயத்தை சொல்றேன் இப்டி அமைதியா இருக்க" என்றான் மாறன்.

தமயந்தி மனதின் ஓட்டங்கள் மாறனுக்கு கேட்டிருக்கவில்லை. "இல்ல அப்டிலாம் ஒன்னும் இல்ல, எனக்கும் சந்தோசம்தான்" என்று முகத்தில் கலை இழந்தவளாக பேசினாள் தமயந்தி.

அப்போது மாறன் தமயந்தியின் மனதை ஓரளவிற்கு புரிந்து கொண்டான்.

"நான் உன்னவிட்டு போயிடுவேன்னு யோசிக்கிறியா தமயந்தி?" என்று கேட்டான்.

"விட்டு போகணும்னு உன்னோட மனசுல இருந்தா, கைய்ய புடிச்சு இழுத்து பக்கத்துலயா வச்சுக்க முடியும்?" என்று தன் அகத்தை இழக்காதவளாக பேசினாள் தமயந்தி.

தமயந்தி பேசுவதைப் பார்த்து மாறனுக்கு சிரிப்பு வந்தது, சிரித்துவிட்டான்.

"என்னோட வெகுளி காதலி டி நீ" என்று கண்கள் முழுவதும் காதலுடன் கூறினான் மாறன்.

தமயந்திக்கு இதமாக இருந்தாலும் ஒருவித கவலையோடு பேசினாள்.

"நான் பாட்டுக்கு என்னோட வேலைய பாத்துட்டு இருந்தேன். நீயா வந்த, லவ் பன்றேன்னு சொன்ன, இப்ப நீயா வர்ர, கப்பல்ல வேல கெடச்சருக்கு போகப்போறேன்னு சொல்ற"

மாறன் பேசுவதற்கு வாயைத் திறந்தான், காற்று அவன் தொண்டைக்குள்போய் சத்தம் வர உதவி செய்யும்போது மாறனை பேசவிடாமல் தமயந்தி தொடர்ந்து பேசினாள்.

"எனக்கு தெரியுது மாறா, நான் லூசு மாதிரிதான் பேசிட்டு இருக்கேன். இருந்தாலும் திடீர்னு நீ போரேன்ற விஷயத்தை மனசு ஏதுக்கமாட்டீங்குது. நீ இல்லாத இந்த ஆபீஸ்'ல நான் மட்டுமா? ரொம்ப வெறுமையா இருக்க போறேன் மாறா" என்று சோகத்தோடு பேசினாள்.

"ஹே.. நான் உனக்கு டெய்லி போன் பண்றேன், சிக்ஸ் மந்த் ட்ரைனிங் முடிச்சு நான் வந்ததும் நம்ம கல்யாணம் பண்ணிக்கலாம். நீ நம்ம லவ் விஷயத்தை உங்க வீட்ல சொல்லிரு, நானும் எங்க வீட்ல சொல்லிறேன். ஆறு மாசம்தான் கண்ண மூடி தொறக்குறதுக்குள்ள போய்டும்" என்று சமாதானம் கூறினான் மாறன்.

"ஆறு மாசம்டா" என்று புருவத்தை உயர்த்தி கூறிக்கொண்டாள் தமயந்தி.

'ஆறு மாதத்திற்கே பிரிவை தாங்கிக்கொள்ளாத தமயந்தி, ராமனுக்காக காத்திருந்த சீதை கதை தெரிந்திருந்தால் மனதைக் கட்டுப்படுத்திக்கொண்டு அமைதியாக இருந்திருப்பாள் போல.. சில பிரிவுகளால் மட்டுமே காதல் இன்னும் வலு பெறுகிறது' அன்று தமயந்தியிடம் மாறன் விடைபெற்றுக்கொண்டு அவன் சொந்த ஊருக்குத் திரும்பினான். தமயந்தியின் காத்திருப்புத் தொடங்கி இருந்தது. ஊருக்கு சென்றபோது பல நினைவுகள் அவனை வதைத்துக் கொண்டிருந்தது. அன்று நாகர்கோவில் செல்வதற்கு விஜிக்காக காத்திருந்த கசப்பான சம்பவம் அவன் நினைவுகளுக்கு வந்திருக்கவேண்டும்.

28. முதல் காதலின் முற்றுப்புள்ளி

ஊர் திரும்பிய மாறனுக்கு மதுரை புதிதாகத் தோன்றியது. மிகபெரிய பொறுப்புணர்வு ஏற்பட்டதைபோல உணர்ந்தான். ஊதாரித்தனமாக குடித்துவிட்டு ரோட்டில் படுத்துக்கிடந்தது, சண்டை பிடித்தது என கசப்பான சம்பவங்கள் மாறனுக்கு அதிகம் நினைவிற்கு வந்திருந்தது. "இவன்லாம் எங்க உருப்பட போறான்" என்று பேசியவர்கள் வாயை அடைக்கும் விதமாக தனக்கு கப்பலில் வேலை கிடைத்ததை நினைத்து சந்தோசப்பட்டுக்கொண்டான் மாறன்.

மதுரை மாட்டுத்தாவணி பேருந்து நிலையத்தில் இறங்கிய மாறன் வீட்டிற்கு செல்வதற்காக பேருந்தில் ஏறினான். அதில் "எருக்கஞ்செடி ஓரம் இறுக்கி பிடிச்ச என் மாமா..." என்ற பாடல் சத்தமாக ஓடிக்கொண்டிருந்தது. அந்த பேருந்து செல்லும் வழி முழுவதும் மாறன் சிறுவயதில் செய்த செயல்கள் அவன் நினைவிற்கு வந்து கொண்டிருந்தது. அப்படித்தான் அன்று விஜியுடன் நாகர்கோவில் செல்வதற்காக அவன் நின்றுகொண்டிருந்த பேருந்து நிறுத்தத்தை கடந்து சென்றான். அன்று இரவு நடந்த நிகழ்வு மாறன் நினைவிற்குள் பாய்ந்தது.

அன்று இரவு விஜிக்காக பல கற்பனையுடன் காத்திருந்தான் மாறன். விஜி அவள் கூறிய நேரத்திற்கு இரண்டு துணி பெட்டிகளுடன் வந்தாள். விடுமுறைக்கு சொந்த ஊருக்கு செல்லும் மாணவர்கள் துணிகளை மொத்தமாக எடுத்து சென்று வீட்டில் வைத்து துவைத்துக்கொள்வது வழக்கமாக இருந்தது. அவள் கொண்டுவந்த பெட்டியில் ஒரு பெட்டியை மாறன் கையில் வாங்கிக்கொண்டு அவளிடம் பேசியவாறு அந்த பேருந்து நிறுத்தத்தில் நின்றுகொண்டிருந்தான். முந்தய நாள் இரவு விஜியுடன் நடந்த காம உரையாடல் மாறன் நினைவிற்கு வந்திருந்தது. விஜியின் மார்பு அளவு குறித்து அவள் பேசி இருந்தது, மாறனின் காம உணர்ச்சிகள் குறித்து அவன் பேசியது என அனைத்தும் இருவருக்கும் நினைவிற்கு வந்து வெட்கப்பட வைத்துக்கொண்டது. சிண்ட்ரெல்லா தேசத்தின் கதை குறித்து பேருந்தில் செல்லும்போது பேச வேண்டும் என்று நினைத்துக்கொண்டான்.

விஜியின் மேல் வீசிய ஜாஸ்மின் வாசம் மாறனை மயக்கத் துவங்கியது. மாட்டுத்தாவணி செல்லும் பேருந்து வரும்

நேரம் ஆகிக்கொண்டிருந்தது. நேரம் ஆக ஆக மாறனுக்கு மகிழ்ச்சி ஏறிக்கொண்டே சென்றது. நேரம் செல்வது தெரியாமல் இருவரும் பேசிக்கொண்டு நின்றிருந்தார்கள். அப்போது விஜியின் கைபேசிக்கு ஒரு அழைப்பு வந்தது. அழைப்பில் வந்த பெயரை பார்த்ததும் விஜி அதிர்ச்சியாகினாள். மாறனோடு நின்று கொண்டிருந்த இடத்தில் இருந்து சிறிது தூரம் நகர்ந்து சென்று அழைப்பை எடுத்து பேசிக்கொண்டிருந்தாள். அழைப்பில் பேசிக்கொண்டிருந்த விஜியின் முகத்தை மாறன் கவனித்தான். பௌர்ணமி நிலவை சூழ்ந்திருக்கும் கரும் மேகங்களை போல அவள் முகம் முழுவதையும் பயம் சூழ்ந்திருந்தது.

அழைப்பில் பேசிவிட்டு ஒரு வித பதற்றத்துடன் மாறன் அருகே வந்தாள். அவளுக்கு வியர்க்கத் துவங்கியது. அவள் முகம் கலவரமாக இருந்ததை மாறன் பார்த்தான்.

"என்னாச்சு? போன்ல யாரு?" என்று வினவினான் மாறன்.

விஜி எதுவும் பேசாமல் அமைதியாக எதையோ யோசித்தவளாக நின்றாள்.

"விஜி, உன்கிட்டதானே கேக்குறேன்? என்ன ஆச்சு?" என்று அழுத்தமாக கேட்டான் மாறன்.

விஜி பதற்றத்தோடு பேசத்துவங்கினாள்.

"என்னோட அப்பாதான் பேசுனாரு. என்ன பஸ் ஏத்திவிட மாமா பையன் வரானாம், அவன் கூட போக சொல்றாருடா. எனக்கு இப்போ என்ன பண்றதுனே தெரியல" என்றாள்.

மாறன் முகத்தில் இருந்த சந்தோசம் குறைய ஆரம்பித்தது.

"சரி, அவன் கூட போ. நான் மாட்டுத்தாவணிக்கு வேற பஸ் ஏறி வந்துறேன், அங்க இருந்து நம்ம ஒண்ணா நாகர்கோவில் போயிரலாம்" என்றான் மாறன்.

"இல்லடா அவன் அப்டிலாம் விட்டுபோக மாட்டான், என்ன பஸ்ல உக்காரவச்சுட்டு எங்க அப்பாகிட்ட நான் எந்த பஸ்ல வரேன்னு சொல்லிட்டுதான்டா போவான். எனக்கு பயமா இருக்கு மாறா. அவன் பக்கத்துல வந்துகிட்டு இருக்கானாம்"

என்று விஜி பேசிக்கொண்டு இருக்கும் போதே அவள் கைபேசிக்கு மீண்டும் அழைப்பு வந்தது. அழைப்பை ஏற்று பேசினாள்.

"ஆரோன், எங்க இருக்க?" என்றாள்.

"நீ எங்க இருக்க? நான் ஹாஸ்டல்க்கு வெளியதான் இருக்கேன்" என்றது கைபேசியில் இருந்து வந்த ஆரோன் குரல்.

மாறன் அனைத்தையும் பார்த்துக்கொண்டு என்ன செய்வது என்று அறியாமல் நின்றுகொண்டிருந்தான். எதோ தப்பாக நடக்கப்போகிறது என்று மட்டும் மாறன் மனதில் தோன்றியது.

"நான் பஸ் ஸ்டாப்ல இருக்கேன் அங்க வா" என்றவாறு அழைப்பைத் துண்டித்தாள் விஜி.

விஜியின் முகத்தில் குழப்பம் கலந்த பீதி உருவாகி இருந்தது. மாறன் என்ன பேசுவது என்று தெரியாமல் விஜியைப் பார்த்தான்.

"மாறா நீ கொஞ்சம் தள்ளி நில்லுடா, அவன் வந்துருவான். என்கூட உன்ன பாத்தா தேவ இல்லாம பிரச்சனை ஆய்டும்" என்று மிகவும் தாழ்மையாக கேட்டுக்கொண்டாள்.

மாறன் தலை முழுவதும் கோபம் அனலாக கொதித்துக்கொண்டிருந்தது, இதயம் முழுவதும் எரிந்து கொண்டிருந்தது. இருந்தாலும் அவள் கேட்டுக்கொண்ட காரணத்தினால், அவளைவிட்டு நகர்ந்து சென்று நின்றான். மாறன் நகர்ந்து சென்றதும் ஒரு மோட்டார் வாகனத்தில் ஒருவன் வந்தான். பார்ப்பதற்கு ஆறடி உயரம், கருப்பாக, குண்டாக இருந்தான். அவன் வந்த மோட்டார் வாகனத்தில் விஜி ஏறி அமர்ந்து சென்றாள். அப்போதுதான் அவன் யார் என்று மாறனுக்கு நியாபகம் வந்தது.

ஒரு முறை விஜி மாறனிடம் பேசும்போது சொல்லியிருந்தாள், அவளுடைய கல்லூரியில் படிக்கும் சக மாணவன் ஒருவன் அவளுக்காகத் தற்கொலை முயற்சி மேற்கொண்டான் என்று. அதை நினைத்து அன்று இரவு முழுவதும் விஜி மிகவும் வருத்தமாக இருந்தாள். அவளுக்காக தற்கொலை முயற்சி

மேற்கொண்ட ஆரோனோடு அன்று இரவு முழுவதும் மருத்துவமனையிலேயே இருந்தாள். (அன்று இரவுதான் விஜியிடம் தான் பள்ளிக்கூடம் படித்ததை மறைத்ததற்காக மன்னிப்புக் கேட்க கைபேசியில் அழைத்துக்கொண்டே இருந்தான் மாறன்) பின் அடிக்கடி விஜியிடம், அவள் காதலிக்கவில்லை என்றால் தான் சாக போவதாக மிரட்டுவானாம். அவன் அப்படி மிரட்டும் போதெல்லாம் விஜி மன உளைச்சலுக்கு ஆளாகியிருந்தாள். அந்த நேரங்களில் விஜிக்கு மாறனோடு பேசுவது ஆறுதலாக இருந்தது. அப்படி பேசும்பொழுதுதான் அந்த மிரட்டுபவன் எப்படி இருப்பான் என்று மாறன் கேட்க, விஜி அவன் உருவம் குறித்து கூறி இருந்தாள். அன்று இரவு விஜியை மோட்டார் வாகனத்தில் அழைத்து சென்றது அந்த உருவம்தான் என்று மாறன் அடையாளம் கண்டு கொண்டான்.

அவர்கள் சென்றதும் மாறன் நடுரோட்டில் நின்று கொண்டிருந்தான். மாறனின் மூளை ஒரு நிமிடம் இயங்காமல் நின்றது. கோபமும், சோகமும் தலைக்கேற மயக்கம் வருவதைபோல் உணர்ந்தான். கண்ணுக்குத் தெரியாத கருப்புக்குட்டி பூச்சிகள் அவன் முன்னே சுற்றுவதைபோல உணர்ந்தான். இரண்டு கைகளையும் வைத்து கண்களை நன்றாக கசக்கிவிட்டுக் கொண்டு கைபேசியை எடுத்து விஜி எண்ணுக்கு அழைத்தான். அவள் மாறன் அழைப்பை எடுக்கவில்லை. தொடர்ச்சியாக அழைத்தான், திடீரென அவள் கைபேசி அணைந்து விட்டதாக தகவல் கூறியது.

மாறனுக்கு இதயம் கனமாகிப் போனது. அவன் கண்களில் இருந்து மளமளவென கண்ணீர் கொட்டியது. அவன் நின்றுகொண்டிருந்த இடத்திலேயே அமர்ந்தான். ரோட்டில் நடந்து சென்ற சிலர் மாறனை பரிதாபமாக பார்த்துவிட்டு சென்றார்கள். விஜியின் நினைவுகள் மாறனை வதைத்துக் கொண்டிருந்தது. கொட்டிக்கொண்டிருந்த அழுகையால் மாறன் கண்கள் சிவந்திருந்தது. மாறனிடம் இருந்து சிறிது தூரத்தில் ஒரு பிச்சைக்காரன் எதை பற்றியும் சிந்திக்காமல் சந்தோசமாக சிரித்துக்கொண்டு உட்கார்ந்திருந்தான்.

மாறன் துயர நிலையைப் பார்த்து வானம் முனங்கிக்கொண்டிருந்தது. மழை தூறல் சாலையை நனைக்கத் துவங்கி இருந்தது. மாறனின் கைபேசிக்கு அழைப்பு வந்தது. மாறன் வேகமாக கைபேசியை எடுத்துப்

பார்த்தான், அழைப்பில் பல்லன் இருந்தான். முதலில் அழைப்பை மாறன் ஏற்கவில்லை, பல்லன் தொடர்ந்து அழைத்தான். கோபத்தின் உச்சத்தில் இருந்த மாறன் அழைப்பை ஏற்று பல்லனிடம் கத்தினான். பல்லன் அலைபேசியில் அழைத்த காரணத்தை சொன்னதும் மாறனுக்கு அழுகை பீறிக்கொண்டு வந்தது. கண்கள் முழுவதும் கண்ணீருடன் கத்திக்கொண்டே சாலையில் ஓடினான். அடைமழை இடிகள் முழங்க பெய்யத் துவங்கியது. மாறனின் அழுகை சத்தத்தை மழையின் சத்தம் மறைத்திருந்தது. அடுத்தடுத்த சோகம் மாறனை பக்குவப்பட வைத்தது.

29. பேரிழப்பும் புது நம்பிக்கையும்

கைபேசியில் அழைத்த பல்லன், மாறனின் பாட்டி பேச்சியம்மாள் கிழவி இறந்த தகவலைக் கூறினான். பல்லன் கொடுத்த தகவல் மாறன் மனதில் இடியாக இறங்கியது. சோகத்தின் மேல் சோகம் மாறனை வாட்டி எடுத்தது, கத்திக்கொண்டே சாலையில் ஓடினான். கொட்டும் மழையில் வீடுவரை ஓடியே சென்றடைந்தான். வீட்டின் வெளியே முழுவதும் ஆட்கள் நிறைந்திருந்தார்கள். கொட்டகை கட்டப்பட்டுக் கொண்டிருந்தது. மழையில் அமர்வதற்கு இடம் இல்லாமல் கிடைத்த இடங்களில் தெருக்கார்கள் நின்று கொண்டிருந்தார்கள். பேச்சியம்மாளை சுற்றி மாறனின் அம்மா, பெரியம்மா, மாமா என அவன் குடும்பத்தார்கள் அமர்ந்திருந்தார்கள். மாறன் வீட்டை நெருங்க, உள்ளே அவன் அம்மா அழுகும் சத்தம் வெளியேவரை கேட்டுக்கொண்டிருந்தது.

மாறன் பாய்ந்து வீட்டிற்குள்ளே சென்றான். மாறனை பார்த்ததும் வீட்டில் அழுது கொண்டிருந்தவர்களின் சத்தம் மேலும் அதிகமானது. பேச்சியம்மாள் மாறனை எப்படி எல்லாம் வளர்த்தாள் என்ற நிகழ்வை ஒவ்வொருவராக சுட்டிக்காண்பித்து அழுது கொண்டிருந்தார்கள். "அம்மா எந்திரிமா.. மாறே வந்துருக்கான்மா எந்திரிமா..." என்று சத்தமாக அழுதாள் லட்சுமி. பேச்சியம்மாள் கிழவியின் உடலுக்கு மாறனின் மாமா ஒரு தட்டில் சூடம் ஏற்றி ஆராதனை செய்தார். கிழவி பேசிய சத்தம் மாறன் காதுகளில் ஒலித்துக்கொண்டிருந்தது. கடைசி காலத்தில் கிழவியை வந்து பார்க்கவில்லையே என்ற குற்ற உணர்வு மாறனை உறுத்திக்கொண்டிருந்தது. அவன் கண்களில் கடைசி சொட்டு கண்ணீர் இருக்கும் வரை அழுது தீர்த்தான். அன்று மாறன் அழுததை பார்த்து, "பேச்சியம்மா இந்த பயல மாருலயு, தோளுலயுமா போட்டு வளத்த கடன அழுதே தீத்துட்டான்" என்று அங்கிருந்த சிட்டுக்குருவி கிழவி பேசிக்கொண்டாள்.

மறுநாள் பகல், மாலை மரியாதையுடன் பேச்சியம்மாள் கிழவியை வழியனுப்பி வைத்தார்கள். சாதி வேறுபாடின்றி வந்தவர்கள் அனைவரும் 'பெரியம்மா, அம்மா, பாட்டி, அப்பத்தா' என்று கிழவியை முறைவைத்து அழைத்தவாறு கத்திக்கொண்டு அழுதார்கள். கிழவியைத் தூக்கிய பாடையில் தெருக்காரர்கள் அனைவரும் கைவைத்து

வணங்கிக் கொண்டார்கள். கிழவியின் இறுதி சடங்கை தன் மாமாவோடு இணைந்து மாறனும் செய்தான். தகன மேடையில் கிழவியின் முகத்தை கடைசிமுறை பார்த்ததும் மனதில் சோகம் தாங்க முடியாமல் மயங்கி விழுந்தான் மாறன். பக்கத்தில் இருந்த அனைவரும் மாறன் முகத்தில் தண்ணீர் தெளித்து எழுப்பி உட்கார வைத்து காப்பி வாங்கிக் கொடுத்தார்கள். மாறன் மனதளவிலும், உடலளவிலும் பலமற்றவனாக காணப்பட்டான். பேச்சியம்மாள் உடலுக்கு தீ வைக்கப்பட்டது. கரும் புகைகளாக பேச்சியம்மாள் ஆன்மா வானைநோக்கி சென்று கொண்டிருந்தது. 'பேச்சியம்மாவிற்காக செல்லத்தாயி சொர்க்கத்தில் காத்துக்கொண்டிருப்பாள். நிச்சயம் அடுத்த சந்ததியினருக்கு சொர்க்கத்தில் நடக்கும் விஷயங்கள் கதைகளாகும்'

மாறனின் கடந்த கால நினைவுகளுக்கு நிறுத்தமளிக்குமாறு இருந்தது நடத்துனர் அடித்த விசில் சத்தம். பேருந்தோடு சேர்ந்து மாறனின் நினைவுகளும் நின்றது. மாறன் இறங்க வேண்டிய இடம் வந்தது. மாறன் வீட்டிற்கு சென்றான். கப்பலில் பயிற்சிக்காக ஒடிசாவிற்கு கிளம்ப தயாரானான். அப்பா அம்மாவிடம் ஆசீர்வாதம் வாங்கிக்கொண்டு பேச்சியம்மாள் கிழவி புகைப்படம் முன்பு நின்று வேண்டிக்கொண்டு பயணத்தைத் தொடங்கி இருந்தான். மாறனின் அம்மாவுக்கு மனம் நிறைந்திருந்தது, மாறன் மீது புது நம்பிக்கை பிறந்திருந்தது. இந்த உலகில் மாறன் பிழைத்துக்கொள்வான், என்னோட பிள்ளையும் கெட்டிக்கார பிள்ளைதான் என்று மாறன் அம்மா நினைத்திருக்க கூடும். "அந்த மீனாட்சி யப்பவும் என் பிள்ளை கூடயே இருப்பா" என்றவாறு கண்களில் கண்ணீர் வர மாறனின் அப்பா வேண்டிக்கொண்டு அவனை வழியனுப்பி வைத்தார். மாறன் பற்றிய நினைவுகளோடு தமயந்தியும் காத்திருந்தாள். ஒடிசா மாறனை இளைஞனிலிருந்து ஒரு பொறுப்புள்ள ஆணாக மாற்றியது.

30. உறவே உயிரே

ஒடிசா மாறனை அன்போடு வரவேற்த்தது. முதலில் பிற மொழிகளை பேச கஷ்டப்பட்டாலும், பின் சமாளித்து பேசக் கற்றுக்கொண்டான். ஒடிசா மாறனுக்கு பழகி இருந்தது. அங்கு இருந்த மனிதர்களைப் புரிந்து கொண்டான், பயிற்சியில் சிறப்பாக பணியாற்றினான். கடல் மாறனை தன் மகனாக ஏற்றுக்கொண்டிருந்தது. மூன்றுமாத காலம் கடல் தட்பவெட்பநிலை, கப்பல் அமைப்பு, கடல் பயிற்சி, கடல் பரப்பு போன்றவற்றை கற்றுக்கொண்டு நான்காம் மாதத்தில் இருந்து 'TME'யாக அதாவது 'ட்ரைனிங் மரைன் என்ஜினீயர்' ஆக கப்பலில் பணியாற்ற துவங்கினான். கடல் பயணம், கப்பல் பணி மாறனை வேறு ஆளாக மாற்றியது. மாறன் நன்கு பக்குவப்பட்டவனாக காணப்பட்டான். எதிலும் பொறுமையாகவும், நிதானமாகவும் செயல்பட்டான். கப்பலில் வேலை முடிந்து ஓய்வு நேரங்களில் வீட்டிற்கும், தமயந்தியிடமும் பேசிக்கொண்டான்.

கண்ணிமைக்கும் நொடிகளில் ஆறு மாதம் கழிந்தது. விடுமுறையில் ஊர் திரும்பினான் மாறன். தமயந்தியை பார்த்துவிட்டு வீட்டிற்கு வந்தான். வீட்டில் தமயந்தி குறித்தும் அவர்கள் காதல் குறித்தும் விளக்கினான். மாறனின் பெற்றோர்கள் தமயந்தியின் வீட்டிற்கு சென்று முறைபடி பெண் கேட்டார்கள். தமயந்தி அவள் அம்மாவிடம் மாறனை காதலிப்பதாக சொல்லி அனுமதி வாங்கி வைத்திருந்ததால், மாறனின் பெற்றோர்கள் சென்ற காரியம் சுலபமாக நிறைவடைந்தது. மாறனுக்கும் தமயந்திக்கும் விடுமுறை நாட்களில் ஒரு நல்ல நாளாக பார்த்து திருமணம் செய்து வைத்தார்கள். திருமணத்திற்குபின் சென்னையில் அடுக்குமாடி குடியிருப்பில் வீடு வாங்கி அங்கே குடியேறினார்கள். மாறனின் பெற்றோர்கள் மதுரையைவிட்டு வர மறுத்துவிட்டனர். சென்னையில் தமயந்தி வேலைக்குபோய்க்கொண்டு வீட்டையும் பார்த்துக்கொண்டாள். கால சக்கரம் வேகமாக சுழல ஆரம்பித்தது.

மாறன் மீண்டும் கப்பலுக்கு கிளம்பினான். கப்பலில் அயராது உழைத்தான். ஒரு முறை கடலில் பெரும் புயல், அதில் மாறன் சாமர்த்தியமாக வேலை செய்து கோடிக்கணக்கிலான பொருள்களை காப்பாற்றினான், அதனால் அவனுக்கு அரசாங்கம் பாராட்டி பரிசுகளும்,

கேடயமும் வழங்கியது. கப்பலில் 'என்ஜினீயர்' ஆன பிறகு குழந்தை பெற்று கொள்ளலாம் என்று மாறன் தமயந்தியிடம் கூறி இருந்தான். அதனால் மாறன் விடுமுறை நாட்களில் வீட்டிற்கு வரும்போது கவனமாக இருந்தான். நான்கு வருடங்கள் கழித்து மாறன் நினைத்தவாறு கப்பலில் என்ஜினீயராக பதவி உயர்வு கிடைத்தது. அன்று அந்த செய்தியை கொண்டாடுவதற்காக மாறன் சென்னைக்கு வந்திருந்தான். அப்போது குழந்தை பெற்றுக்கொள்ளலாம் என்று இருவரும் முடிவெடுத்திருந்தார்கள்.

மாறன் நடுத்தர குடுப்பதில் பிறந்ததால் அவனுக்கு வறுமை சிறுவயதில் இருந்தே தெரிந்திருந்தது. அதனால்தான் அவன் பெற்றெடுக்கபோகும் குழந்தைக்கு வசதியான வாழ்க்கையை கொடுக்க வேண்டும் என்று நினைத்திருந்தான். அது தற்போது உண்மையாகிப்போனது.

ஆஸ்திரேலியாவில் இருந்து மாறனையும் அவன் நினைவுகளையும் சுமந்துகொண்டு வந்த விமானம் 'கீச்..' என்ற சத்தத்தோடு சக்கரங்கள் தரையை உரச வந்து இறங்கியது. குழந்தையைப் பார்க்கப்போகும் ஆர்வத்தில் உற்சாகமாக வீட்டை வந்து சேர்ந்தான் மாறன். வீட்டின் வாசலில் இருந்த அழைப்பு மணியை அடித்தான். 'டிங்.. டிங்...' என்று வீட்டிற்குள் சத்தம் கேட்டது.

தமயந்தி, மாறன் வந்திருக்கிறான் என்று அறிந்துகொண்டு அவளே வந்து கதவைத் திறந்தாள். மாறனைப் பார்த்ததும் தமயந்திக்கு அவளை அறியாமல் கண்களில் கண்ணீர் வந்தது. மாறனை இறுக்கமாக கட்டியணைத்துக் கொண்டாள். தமயந்திமீது பால் வாசம் வீசிக்கொண்டிருந்தது. வீட்டில் இருந்த தொலைக்காட்சியில் "செந்தாழம் பூவில் வந்தாடும் தென்றல் என் மீது மோதுதம்மா.." என்ற பாடல் ஒலித்துக்கொண்டிருந்தது.

தமயந்தியின் கண்ணீர் மல்க வரவேற்பை ஏற்றுக்கொண்டான் மாறன். குழந்தையைப் பார்க்கும் ஆர்வத்தில் வேகமாக தமயந்தி அறையைநோக்கி சென்றான். குழந்தை தமயந்தி படுத்திருந்த கட்டிலில் படுத்திருந்தது. மாறன் குழந்தை அருகே சென்றான். குழந்தையைப் பார்த்ததும் மகிழ்ச்சியில் பேச்சற்று பார்த்துக்கொண்டே இருந்தான். குழந்தையின் உடலை அங்குலம் அங்குலமாக ரசித்தான். குழந்தையின் கண்களில்

இருந்த விழி வெண்படலம் கடலைப்போலவும், கருவிழி உயர்தர கப்பலைப் போலவும் தெரிந்தது. குழந்தையின் பஞ்சு போன்ற மென்மையான கன்னத்தில் மாறன் முத்தம் கொடுத்தான். குழந்தை சத்தமாக சிரித்தது. வாயில் பற்கள் இல்லாமல் ஈறுகள் சிவந்திருந்தது. குழந்தைக்கு முத்தம் கொடுத்தபின் ஆத்ம திருப்தியாக உணர்ந்திருந்தான்.

மாறன் தான் கொண்டுவந்த பெட்டியில் இருந்து அழகான காலனிகளை தமயந்திக்குக் கொடுத்தான். அந்த காலனியில் ஆழ் கடலில் இருந்து எடுக்கப்பட்ட விலை உயர்ந்த முத்துக்கள் பதிக்கப்பட்டிருந்தது. தமயந்திக்கு வித்தியாசமான காலனிகள் அணிவதில் ஆர்வம் அதிகம் என்பதை மாறன் தெரிந்து வைத்திருந்தான். மாறன் வாங்கி வந்த காலணிகளை அணிந்து கொண்டு தமயந்தி நடந்தாள். அப்போது அந்த காலனிகள் தமயந்தின் காலோடு சேர்ந்து மேலும் மெருகேறி இருந்தது. பின் வீட்டில் இருந்த அனைவரும் மாறனை உபசரிக்கத் தொடங்கி இருந்தார்கள். அன்றைய பொழுது தமயந்தியோடும், குழந்தையோடும் மகிழ்ச்சியாக கழிந்திருந்தது. மூவரும் இணைந்து புகைப்படம் எடுத்துக்கொண்டார்கள்.

இப்படியாக குடும்பம், குழந்தையென சந்தோசமாக சென்று கொண்டிருந்த மாறன் வாழ்க்கையில் அந்த அதிர்ச்சிகரமான உண்மை, அவனை நோக்கி விரைந்து வந்து கொண்டிருந்தது.

31. சினிமா என்னும் அற்புதம்

குழந்தை, தமயந்தி, குடும்பம் என மாறன் மகிழ்ச்சி என்னும் மதுவை அருந்திக்கொண்டிருந்தான். கப்பலில் தனிமையாக இருந்த பொழுதுகளில் படங்கள் பார்ப்பதை வழக்கமாக வைத்திருந்தான் மாறன். அதில் நட்பிற்கு உதாரணமாக இருந்த 'தளபதி' படத்தில் வந்த 'சூர்யா', 'தேவா' என்ற கதாபாத்திரங்கள் மாறனை வெகுவாக கவர்ந்திருந்தது. அதன் நினைவாக தன்னுடைய குழந்தைக்கு 'சூர்யதேவ்' என்ற பெயரை சூட்டினான்.

மாறன் வாழ்க்கையை முழுமையாக உணர்ந்திருந்தான். ஒரு இரவில் மாறன் வீட்டில் இருந்தபோது விஜி மீண்டும் குறுந்தகவல் அனுப்பினாள். மாறனை, அவன் மனைவி குழந்தையுடன் அவள் வீட்டிற்கு வர சொல்லி அன்பு கட்டளையிட்டாள். மாறனும் விஜியைப் பார்க்க வருவதாக சம்மதித்தான். அன்று இரவு முழுவதும் அவன் மனது விஜியை காண வேண்டும் என்று நினைத்துக்கொண்டிருந்தது. தமயந்தியிடம் விஜியை பார்க்க வேண்டும் என்று கூறி அவளை அழைத்தான். தமயந்தியும் மறுத்து எதுவும் பேசாமல் வருவதற்கு சம்மதித்தாள்.

மறுநாள் காலை, அவர்கள் வீட்டில் இருந்த நான்கு சக்கர வாகனத்தில் கிளம்பினார்கள். வாகனத்தை மாறன் ஓட்டினான். தமயந்தி அவன் பக்கத்தில் இருந்த இருக்கையில் அமர்ந்து கொண்டு குழந்தையை மடியில் வைத்துக்கொண்டாள். குழந்தைக்குத் தேவையான அனைத்து பொருள்களையும் எடுத்துக்கொண்டாள். மாறன் தமயந்தியுடன் பல விஷயங்களை பேசிக்கொண்டே வாகனத்தை ஓட்டிச் சென்றான். அப்போது தமயந்தி அவன் அப்பா வழி சொந்தத்தை பற்றி கேட்டாள். மாறனுக்கு அவன் அப்பா வழி சொந்தத்தில் யாரையும் தெரிந்திருக்கவில்லை. ஒரு முறை அவர்கள் குறித்து மாறனின் அம்மா அவனிடம் கூறியது நினைவிற்கு வந்தது. அவன் அப்பத்தாவின் கதை சுவாரசியமாக இருந்தது.

நெடுஞ்சாலை ஓரத்தில் உள்ள மரங்களை அவர்கள் வாகனம் கடந்து செல்லும் பொழுது 'சர்..சர்' என்று சத்தம் கேட்டுக்கொண்டிருந்தது. சாலையில் போடப்பட்டிருந்த வெள்ளை கோடுகள் சக்கரத்திற்கு அடியில் வேகமாக சென்று மறைந்தது. மாறன் தன் அப்பத்தா பற்றி அவன்

அம்மா கூறிய ஒரு நிகழ்வை தமயந்தியிடம் சொல்ல ஆரம்பித்தான்.

மாறனின் அப்பத்தா பெயர் அற்புதம்மாள். 'பசி பொறுத்தாலும் பாட்டு பொறுக்கவில்லை என்பார்களே' அதேபோல சினிமா படம் பார்ப்பதே அற்புதம்மாளுக்கு முழு நாள் வேலையாக இருந்தது. பசிக்காமல் கூட இருக்கும், ஆனால் அவளுக்கு படம் பார்க்காமல் இருக்க முடியாது. மாறனின் அம்மா திருமண ஆகி புகுந்த வீட்டிற்கு சென்றபோது வறுமை அவர்கள் குடும்பத்தை வாட்டி வதைத்திருக்கிறது. மாறனின் அப்பா உடன் பிறந்தவர்கள் ஐந்து பேர். மூன்று தங்கைகள் மற்றும் ஒரு தம்பி. இவர்கள் அனைவரும் ஒரு சிறிய வாடகை வீட்டில்தான் தங்கி இருந்திருக்கிறார்கள். அப்போது மாறனின் அம்மாவிற்கு வேலை கிடைத்திருக்கவில்லை. மாறனின் அப்பாவும் கூலி வேலைக்குதான் சென்றிருக்கிறார். வீட்டில் இருக்கும் ஆண்கள் அனைவரும் ஒருபுறம் விடிய வேலைக்கு கிளம்பி சென்று விடுவார்கள். போனவர்கள் நடுசாமத்தில்தான் வீட்டிற்கு வருவார்கள். அவர்கள் வரும்போது அரிசி வாங்கிக்கொண்டு வருவார்கள். இரவுக்குமேல் சமைத்து சாப்பிட்டார்கள். இது அனைத்தும் மாறனின் அம்மா லட்சுமிக்கு புதிதாக இருந்தது. காலை ஆண்கள் வேலைக்கு சென்றதும் அற்புதம்மாள் சினிமா பார்ப்பதற்காக சென்றுவிடுவாள். லட்சுமியின் கொழுந்தியாக்களும் துண்டு தைக்கும் வேலைக்கு போய் விடுவார்கள். லட்சுமி மட்டும் காலையில் இருந்து இரவு அவர்கள் வரும் வரை தனிமையில் இருப்பாள். என்றாவது லட்சுமி மாமனார் மதியம் வீட்டிற்கு வரும்போது லட்சுமிக்கு ரொட்டித் துண்டுகளை வாங்கி வந்து தருவார்.

அப்படிதான் ஒரு நாள், அன்றாட வேலையை முடித்துவிட்டு அனைவரும் வீட்டிற்கு இரவு பத்துமணிக்கு வந்தார்கள். அதற்குமேல் சமையல் துவங்கி இருந்தது. அற்புதம்மாள் சோறு வைப்பதற்காக சட்டியில் தண்ணீரை ஊற்றி கொதிக்க வைத்துக்கொண்டிருந்தாள். லட்சுமி சாம்பார் செய்வதற்காக காய்கறிகளை நறுக்கிக்கொண்டிருந்தார். அனைவருக்கும் பசி கண்களை கட்டிக்கொண்டிருந்தது. லட்சுமியின் மாமனார் முருகேச முதலியார் கடைசியாக வந்தார். வீட்டில் சமையல் நடப்பதை பார்த்தார். திடீரென தங்கம் திரையரங்கில் எம்.ஜி.ஆர் படம் போட்டிருக்கிறார்கள் என்று கூறிவிட்டு திரையரங்க அனுமதி சீட்டைக் காட்டினார்.

அன்று காலை சட்ட விரோதமாக தங்கம் திரையரங்கில் அனுமதி சீட்டை வாங்கி லட்சுமியின் மாமனாரும், அவள் கணவரும் விற்றார்கள். அதில் மீதம் இருந்த அனுமதி சீட்டை வீட்டிற்கு எடுத்து வந்து அனைவரையும் படம் பார்க்க அழைத்தார் முருகேசன். எம்.ஜி.ஆர் படத்திற்கு அனுமதி சீட்டை பார்த்ததும் அற்புதம்மாளுக்கு மகிழ்ச்சி கொள்ளவில்லை. பார்த்துக்கொண்டிருந்த வேலைகளை நிறுத்திவிட்டு அடுப்பை அணைத்துவிட்டு குடும்பத்தில் இருந்த அனைவரும் எம்.ஜி.ஆர் படம் பார்க்க சினிமா கொட்டகைக்கு சென்றார்கள்.

இரவு காட்சியில் ஆண்கள் கூட்டம் மத்தியில் முருகேச முதலியார் குடும்பமே பசியோடு படம் பார்த்தது. லெட்சுமிக்கு திரையரங்கில் அமர்ந்திருக்க முடியவில்லை. பசியில் கிறங்கி இருந்தாள். அன்று அந்த குடும்பத்தில் யாருமே சாப்பிடவில்லை என்றாலும் அவர்களுக்கு அது பழகி இருந்தது, லெட்சுமிக்கு புதிதாக இருந்தது. ரெண்டு மணி நேரம் படத்தில் அமர முடியவில்லை. பசி மயக்கம், முதுகு வலி என்று பாடாய் பட்டுப்போனாள். வலியில் அவளை அறியாமல் அவள் கண்களில் இருந்து கண்ணீர் வந்தது. லட்சுமி அழுததை பார்த்த அற்புதம்மாள் "எம்.ஜி.ஆர் க்கு ஒன்னும் ஆகாது, அவர் தங்கச்சிய காப்பாத்தி, நல்ல குடும்பத்துல கட்டி குடுத்துருவாரு" என்று ஆறுதல் கூறினாள். பின் படத்தை முடித்துவிட்டு வீடு திரும்ப அதிகாலை மூன்று மணி ஆனது. அதற்கு பிறகு சமையல் செய்து சாப்பிட்டு அனைவரும் படுத்து உறங்கினார்கள். விடியற்காலை சேவல் கூவ வீட்டில் இருந்த ஆண்கள் எழுந்து வேலைக்கு சென்றார்கள். அற்புதம்மாள் பகல் காட்சி பார்ப்பதற்காக கிளம்பிக்கொண்டிருந்தாள்.

இவ்வாறாக மாறன் அப்பா வீட்டுப்பக்கம் இருக்கும் சொந்தங்களை பற்றி அவனுக்கு தெரிந்தவற்றை தமயந்தியிடம் சொல்லி சிரித்துக்கொண்டே வந்தான். சூர்யதேவும் சிரித்துக்கொண்டான்.

முதல் தடவை இந்த நிகழ்வை மாறன் அம்மா அவனிடம் கூறியபோது அவனுக்கு அம்மா மீது பரிதாபம் ஏற்படவில்லை, மாறாக சினிமாவிற்கு இருக்கும் சக்தியை உணர்ந்தான்.

இருட்டு அறைக்குள் படத்திற்கும் பார்வையாளனுக்கும் இடையே நடக்கும் அந்தரங்கமே சினிமா. தொண்ணூறு வயது கிளவியும் தன்னை கதாநாயகியாக நினைத்துக்கொண்டு படத்தை பார்க்கிறாள். வறுமையை மறந்து, பசியை மறந்து, உலகத்தை மறந்து ரெண்டு மணி நேரம் ஓடும் படம் அற்புதம்மாள் குடும்பத்தினர்களுக்கு சொர்க்கமாகதான் இருந்திருக்க வேண்டும். சினிமா எடுப்பவர்களும், நடிப்பவர்களும் தெய்வத்திற்கும் மேலானவர்களாக மாறன் நினைத்துக்கொண்டான்.

32. அன்புள்ள மாறனுக்கு

நான்கு சக்கர வாகனத்தில் கதை கேட்டுக்கொண்டே வந்தாள் தமயந்தி. அவள் முடி காற்றில் பறந்து கொண்டிருந்தது. சூர்யதேவ் தமயந்தியின் மடியில் உறங்கிக்கொண்டே வந்தான். மாறன் வண்டியை மேலூர் அருகே உள்ள ஒரு கிராமத்திற்குள் செலுத்தினான்.

"எங்கடா, நாகர்கோவில் போறோம்னு சொல்லிட்டு இந்த பக்கம் போற?" என்று வினவினாள் தமயந்தி.

"என்னோட ஸ்கூல் சார் வீடு இந்த பக்கம்தான் இருக்கு, வா அவரையும் ஒரு எட்டு பாத்துட்டு போயிரலாம்" என்றான் மாறன்.

பச்சை நிறம் பூசப்பட்ட வீட்டின் அருகே சென்று நின்றது வாகனம். மாறன் பள்ளிக்கூடம் படிக்கும்பொழுது PT வாத்தியாரின் வீட்டில் கல்லைவிட்டு அடிப்பதற்காக பார்த்து வைத்தான், பின் அந்த திட்டம் கைவிடப்பட்டது. அப்போது பார்த்த வீடு எந்த மாற்றமும் இல்லாமல் அதேபோல் காட்சியளித்தது. வீட்டில் பூசப்பட்ட பச்சை நிறம் சிறிது மங்கிப்போய் இருந்தது. மாறனும் தமயந்தியும் வாகனத்தில் இருந்து இறங்கி PT வாத்தியார் வீட்டின் வாசலில் நின்று அழைத்தார்கள். மாறனின் குரலைக் கேட்டு, வீட்டில் இருந்து ஒருவன் வெளியே வந்தான்.

"சார் இல்லையா?" என்று கேட்டான் மாறன்.

"எந்த சார கேக்குறீங்க?" என்று நெத்தி சுருக்க கேட்டான் வந்தவன்.

"PT சார் வைகுந்தன் வீடுதானே இது?" என்று சந்தேகத்தோடு கேட்டான் மாறன்.

"ஆமா, ஆனா சார் இப்போ இல்ல, அவர் இறந்து போய் ஒரு வருஷம் ஆச்சு" என்றான் வந்தவன்.

தமயந்தி தோளில் நிம்மதியாக உறங்கிக்கொண்டிருந்த குழந்தை 'வீ......ர்ர்ர்' என்ற சத்தத்துடன் அழுகத் துவங்கியது. மாறனை சோகம் தாக்கியது. மகிழ்ச்சியாக வந்த மாறனின் முகம் சுருங்கிப் போனது. PT வாத்தியாருக்கும் மாறனுக்கும்

இருந்த உறவு தமயந்திக்கு தெரிந்திருந்ததால் அவளும் சோகத்திற்குள்ளானாள். குழந்தை அழுது கொண்டே இருந்ததால் தாய்ப்பால் கொடுப்பதற்காக வாகனத்திற்கு சென்று விட்டாள் தமயந்தி. PT வாத்தியார் வீட்டிற்குள் இருந்து வந்தவன் தொடர்ந்து பேசத் துவங்கினான்.

"நீங்க யாரு? உங்க பேரு என்ன?" என்று மாறனை நோக்கி வினவினான்.

"என்னோட பேரு மாறன். நான் டுவல்த் படிச்சப்போ எனக்கு சார்தான் PT வாத்தியாரா இருந்தாரு. நான் இப்போ கொஞ்ச வருஷத்துக்கு முன்னால கூட அவர கோயம்புத்தூர்ல ஒரு ஸ்கூல்ல பாத்து பேசுனேன்" என்று வருத்ததோடு பேசினான் மாறன்.

"ஓஹ் நீங்கதான் மாறனா? நீங்க ஒருநாள் வருவீங்கன்னு சார் சொல்லிருந்தாரு. அவர் கடைசி காலத்துல அவருக்குப் பிடிச்ச அஞ்சு மாணவர்களுக்காக கடிதம் எழுதிருந்தாரு. அவர் எழுதுனவங்கள்ள நீங்கதான் முதல வந்துருக்கீங்க" என்று சந்தோசமாக பேசியவாறு அந்த கடிதத்தை எடுக்க வீட்டிற்குள் போனான்.

கடிதம் என்றதும் மாறனுக்கு ஒன்றும் புரியவில்லை. கனத்த இதயத்தோடு அமைதியாக வீட்டு வசலில் இருந்த திண்ணையில் அமர்ந்திருந்தான். வீட்டிற்குள்ளே போனவன் ஒரு கடுதாசியையும், ஒரு கவரையும் மாறனிடம் கொடுத்தான். அந்த கவருக்குள்ளே எதோ பொருள் இருப்பது மட்டும் தெரிந்தது. முதலில் கடிதாசியைப் பிரித்து படித்தான் மாறன்.

"அன்புள்ள மாறனுக்கு" என்று ஆரம்பித்த கடிதத்தை மாறன் வாசித்தபோது PT வாத்தியார் அவன் அருகே அமர்ந்து அவனிடம் பேசியதைபோல் உணர்ந்தான்.

"நலமா இருப்பேன்னு எனக்கு தெரியும். நீ என்ன கண்டிப்பா பாக்க வருவ. அப்போ நான் இருந்தா உன்கிட்ட பேசுவேன் இல்லனா நான் பேச நினைக்குறத இந்த கடுதாசி வழியா சொல்லிட்றேன். உன்னோட மனைவி குழந்தைகள் இருந்தா அவுங்களையும் கேட்டதா சொல்லு".

மாறன் தமயந்தியை திரும்பி பார்த்துக்கொண்டான். அவள் குழந்தைக்கு தாய்ப்பால் கொடுத்துக்கொண்டு வாகனத்தில் அமர்ந்திருந்தாள். கடிதத்தை தொடர்ந்து படித்தான்.

"இருபத்தி ஆறு வயசுல இந்த ஆசிரியர் வேலை கெடச்சுச்சு மாறா. அன்னைக்கு இருந்து என்னோட கடைசி காலம் வர பள்ளிக்கூடமும், மாணவர்களும்தான் எனக்கு எல்லாமும். நான் உங்களுக்கு பாடம் சொல்லிக் குடுக்கல, நீங்க எல்லாரும் சேந்துதான் எனக்கு பாடம் சொல்லிக் குடுத்துருக்கீங்க. மாணவர்கள் நீங்கதான் எத்தனை ரகம். ஒவ்வருத்தருக்கு ஒவ்வரு பின்புலம். ஆனா மாறா நீ அவனுங்க எல்லாத்துலயும் தனி ரகம். நெனச்சத சாதிக்க ஓடிட்டே இருப்ப, சிந்துச்சுக்கிட்டே இருப்ப, இது நீ ஸ்கூல் படிக்கும்போதே உங்கிட்ட நான் பாத்தேன். லாஸ்ட் பெஞ்ச் ஸ்டூடெண்ட்னாலே உருப்பட மாட்டாங்கன்ற என்னோட எண்ணத்தை நீ சுக்குநூறா உடைச்சுட்ட டா.

ஒரு விஷயம் இருக்கு மாறா இத்தனை வருஷத்துல உங்கிட்ட சொல்லல, இதுக்கு மேல சொல்லாம போய்ட்டா உனக்கு உன்ன பத்தி தெரியாம போயிரும். அன்னைக்கு ஸ்கூல் வெயிட்டிங் ரூம்ல வச்சு என்கிட்ட ஒரு சாவிய காட்டிட்டு தூக்கி வீசுனேல, அப்போ நான் ரொம்ப குழம்பிட்டேன்டா. நீ சாவிய தூக்கி எரிஞ்சதும் நான் வேகமா ஸ்கூல் பின்னாடி ஓடிட்டு இருக்க அந்த சாக்கடைகிட்ட போய்ட்டேன். நீ தூக்கி எரிஞ்ச சாவி அந்த சாக்கடைல இருந்த வெங்காய தாமரைல மாட்டிகிட்டு இருந்துச்சு. அந்த சாவிய எடுத்துட்டுதான் நான் ஸ்கூல்குள்ள வந்தேன். அப்போதான் பாத்தேன் நாலா நம்பர் கக்கூஸ் பூட்டு புதுசா இருந்துச்சு. ஆயம்மா ரூம்ல எல்லா சாவியும் இருந்துச்சு, ஆனா நாலா நம்பர் சாவிய மட்டும் காணோம். அப்போவே எனக்கு புடிபட்டுருச்சு உன் திட்டம்.

நான் நெனச்சுருந்தா அந்த கக்கூஸ் பூட்ட திறந்து அந்த வெடியை வெடிக்கவிடாம பண்ணிருந்துருக்க முடியும். ஆனா நான் பண்ணல, உன்னோட முயற்சிக்கு முன்னால என்னோட பிடிவாதத்த விட்டுகொடுத்துட்டேன். நீ செஞ்ச காரியதெல்லாம் ஆயம்மா பக்கத்துல அமைதியா நின்னு நெனச்சு பாத்தேன், அபாரமா இருந்துச்சு.

நான் அந்த ஸ்கூல்ல ஜாயின் பண்ண நாளுல இருந்து அந்த பாத்துரும் பூட்டலாம் சரி இல்ல, அதுலயும் குறிப்பா அந்த

நாலா நம்பர் பாத்ரூம் பூட்டு பூட்டவே கடுசா இருக்குனு நெறய தடவ ஆயம்மா சொல்லிட்டு இருந்தாங்க. அத நீ கவனிச்சு, உனக்கு தேவபடுற சூழ்நிலைக்கு அத பயன்படுத்தின பாரு, அங்க இருக்கு உன்னோட வெற்றி. இந்த உலகத்துல தனக்கு தேவ இல்லாத விஷயத்தை யாரும் கவனிக்கிறதே இல்ல, ஆனா ஒரு பிரமாதமான வாழ்க்கைய கடவுள் அங்கதான் மறச்சு வச்சுருக்கான். தேடி எடுக்க தெரிச்சவனுக்குதான் பொழைக்க தெரியும், நீ பொழைக்க தெருஞ்சவன். நீ இப்போ எந்த நிலமைல இருந்தாலும் சரி இது ஆரம்பம் தான். இன்னும் நீ பெருசா வரணும். என்னோட ஆசிர்வாதம் எப்பவும் உனக்கு இருக்கும். நான் ரொம்ப ப்ரவ்டா சொல்றேன்டா 'நீ என்னோட மாணவன்'. டேக் கேர்டா மாறா.. வாழ்க்கைய வாழு!! " என்றவாறு கடிதம் முடிந்தது.

கடிதத்தை வாசித்ததும் மாறனின் மனம் கனத்துவிட்டது. கடிதத்தோடு சேர்த்து இன்னொரு கவரும் இருந்தது. அதையும் பிரித்துப் பார்த்தான். அதை பார்த்ததும் மாறன் கண்களில் கண்ணீர் வடிந்தது, உடம்பெல்லாம் கூசிப்போனது.

அந்த கவரில் இருந்தது, மாறன் சாக்கடைக்குள் தூக்கி எறிந்த அதே நாலா நம்பர் கக்கூஸ் பூட்டின் சாவி. பள்ளிக்கூடம் படித்தபோது தொட்ட சாவியை பல வருடங்கள் கழித்து தொட்டான். சாவியில் சில இடங்களில் துரு பிடித்திருந்தது. PT வாத்தியாரின் நினைவுகளுடனும், அவர் எழுதி இருந்த கடிதத்துடனும் மாறன் வந்த வாகனம் அந்த ஊரைவிட்டு நாகர்கோவிலை நோக்கிப் புறப்பட்டது. வாகனத்தில் போகும் வழியில் மாறன் குறித்து PT வாத்தியார் எழுதி இருந்த கடிதத்தை வாசித்துப் பார்த்து மாறனை நினைத்துப் பெருமைபட்டுக் கொண்டாள் தமயந்தி. வாகனத்தை ஓடிக்கொண்டே சாலை ஓரத்தில் இருந்த பலகையைப் பார்த்தான், அதில் நாகர்கோவில் 242 கிலோ மீட்டர் என்று எழுதி இருந்தது. அடுத்த அதிர்ச்சியை நோக்கி அவர்கள் பயணித்துக் கொண்டிருந்தார்கள்.

33. அன்பிற்கினியாள்

"மனிதர் உணர்ந்து கொள்ள இது மனித காதல் அல்ல, அதையும் தாண்டி புனிதமானது..." என்று பாடலின் நடுவே உள்ள வரிகள், அவர்களின் வாகனத்தில் இருந்த ரேடியோ பெட்டியில் பாடிக்கொண்டிருந்தது. தமயந்தி கடிதத்தை படித்துக்கொண்டே வந்தாள். வெயில் உச்சிக்கு ஏறி இருந்தது. மாறன் ஜன்னலை அடைத்துவிட்டு வாகனத்தில் இருந்த காற்று பதனாக்கியை இயக்கிவிட்டான். சிறிது நேரத்தில் குளிர்ந்த காற்று வாகனம் முழுவதும் பரவியது. PT வாத்தியார் மாறனுக்கு எழுதிய கடிதத்தை தமயந்தி முழுமையாக வாசித்து முடித்தாள். மாறனை பெருமையாக ஒரு பார்வை பார்த்துக்கொண்டாள். மாறனும் தமயந்தியைப் பார்த்தான். அவள் பார்வையில் உள்ள அர்த்தத்தை மாறன் புரிந்து கொண்டான்.

திடீரென சூர்யதேவ் அழுக ஆரம்பித்தான். குழந்தையின் அழுகையை சமாதானம் செய்ய அவள் கைபேசியை எடுத்து அதில் பொம்மை படங்களை காண்பித்தாள். சூர்யதேவ் பொம்மையை பார்த்ததும் அழுகையை குறைத்துக்கொண்டான். தமயந்தி பால் டப்பாவில் இருந்த பாலை சூர்யதேவுக்கு ஊட்டிவிட்டாள். சிறிது நேரம் முழித்திருந்துவிட்டு மீண்டும் தூங்கிவிட்டான். வாகனம் தேசிய நெடுஞ்சாலையில் வேகமாக சென்று கொண்டிருந்தது. எதையோ யோசித்தவளாக அமர்ந்து வந்த தமயந்தி மாறனிடம் பேசினாள்.

"மாறா" என்றாள்.

மாறன் வாகனத்தை இயங்கிக்கொண்டே அவளை கவனித்தான்.

"நீ ஒரு நாள் நம்ம ஆபீஸ் கேன்டீன்ல வந்து என்கிட்ட பேசுனல்ல, நியாபகம் இருக்கா?" என்று கேட்டாள்.

"எத்தனை தடவ அங்க உக்காந்து பேசிருக்கோம், எப்போன்னு கரைட்டா சொல்லு" என்றான் மாறன்.

"இல்லடா, நம்ம லவ் பண்றதுக்கு முன்னால. நீ வந்து லவ்வ சொன்னியே அப்போ" என்று மாறனுக்கு நினைவுபடுத்தினாள்.

மாறனும் வாகனத்தை இயக்கியபடியே யோசித்தான், நியாபகம் வந்தது.

"ஆம்மா..." என்று இழுத்து பேசிவிட்டு மீண்டும் பேச்சைத் தொடர்ந்தான். "மறக்க முடியுமா? அதுக்கென்ன இப்போ, இத்தனை வருஷம் கழிச்சு கேக்குற?"

"இல்லடா, சும்மா லைப்ல நடந்த விஷயங்கள யோசிச்சுட்டே வந்தேன், அப்போதான் நீ அன்னைக்கு பேசுனத யோசிச்சு பாத்தேன்" என்று சிரித்துக்கொண்டாள்.

மாறனும் வாகனத்தை இயக்கியவாறு சாலையை நோக்கி சிரித்துக்கொண்டான். தமயந்தி தொடர்ந்து பேசினாள்.

"ஆமா, கேக்கணும்னு நினைச்சேன் இப்போதான் நியாபகத்துக்கு வந்துச்சு. நீ அன்னைக்கு என்கிட்ட வந்து பேசுனப்போ, நான் உன்கிட்ட தேங்க்ஸ் சொல்லதான் வந்தேன்னு சொன்னேல்ல? அந்த தேங்க்ஸ் எதுக்குடா சொன்ன?"

"அடேங்கப்பா! நான் எப்போ சொன்னேன். இத்தனை வருஷம் கழிச்சு நியாபகபடுத்தி கேக்குறியேடி" என்று ஆச்சரியப்பட்டுக் கொண்டான்.

"டேய், நல்ல யோசிச்சு பாரு. நீ தான சொன்ன. எதுக்காக தேங்க்ஸ்னு கேக்காதீங்க, நேரம் வரப்போ சொல்றேன்னு. நீ சொன்னது எனக்கு இப்போதான் நியாபகம் வந்துச்சு. சொல்லு ஏன் அப்டி சொன்ன" என்று மாறனிடம் வினவினாள்.

மாறன் கழுத்தை இடதும், வலதுமாக ஆட்டிக்கொண்டான். அவன் கழுத்தில் இருந்து 'டக்டக்' என்ற சத்தத்தோடு சொடக்கு விழுந்தது. தமயந்திக்கு அன்று நன்றி கூறிய காரணத்தை அவளிடம் சொல்ல ஆரம்பித்தான்.

"அது ஒன்னும் இல்ல, சென்னை எனக்கு அப்போ ரொம்ப புதுசுல. அதான் மொத என்னால அங்க இருக்கவே முடியல, ஊருக்கு கிளம்பிரலாம்னு யோசிச்சுட்டு இருந்தேன். அப்போதான் நீ வந்த, உன்ன மொத தடவ பாத்தேன். அந்த அழகான கால், உன்னோட அந்த நடை, அந்த சிரிப்பு என்னமோ தெரில எல்லாமே பாத்ததும் பிடிச்சுருச்சு.

உண்மைய சொல்லனும்னா அதுக்கப்பறமா உன்ன பாக்குறதுக்காகதான் நான் ஆபிஸ்கே வந்தேன். அப்றம் உங்கிட்ட வந்து ப்ரொபோஸ் பண்ணேன், இப்போ இவளோ தூரம் வந்துட்டோம்" என்று மெதுவாக பெருமூச்சு விட்டுக்கொண்டான். "சோ நீதான் நான் அங்க இருந்ததுக்கு ரீசன், அதுக்குதான் தேங்க்ஸ் சொன்னேன். ஆனா ஒன்னு அன்னைக்கு உன்ன பாக்கலனா நான் ஊருக்கு கிளம்பி போயிருப்பேன், அப்டி ஊருக்கு போயிருந்தா நான் என்ன ஆகிருப்பேன்னு என்னாலேயே யோசிச்சு பாக்க முடில. இந்த வாழ்க்க, நம்ம குடும்பம், குழந்தை இது எல்லாத்துக்கும் காரணம் நீதான். நீ மட்டும் தான். தாங்க் யு பார் ஆள்" என்று உணர்ச்சி வசப்பட பேசி முடித்தான்.

மாறன் பேசி முடித்ததும் பக்கத்து இருக்கையில் இருந்து எழுந்து மாறனின் நெற்றியில் தமயந்தி முத்தம் கொடுத்துவிட்டு "ஆல்வேஸ் வித் யூ" என்றாள். மாறன் இதமாக உணர்ந்தான்.

"உன்ன நெனச்சா எனக்கு ஆச்சரியமா இருக்கு தமயந்தி" என்றான் மாறன்.

"ஏன்டா? திடீருனு" என்று கேட்டாள் தமயந்தி.

"இல்ல, விஜிய யாருனு உனக்கு நல்லா தெரியும். அவளை பாக்க போகலாம்னு நான் உன்கிட்ட சொன்னதுல இருந்து இப்போ வர, நீ ஒன்னுமே சொல்லாம இருக்கியே அதான் கேட்டேன்"

"அதுவா.. எல்லாம் ஒரு நம்பிக்கைதான். அதுபோக இதுக்குமேல நீ என்ன பண்ணபோற. ரெண்டு பேற வச்சு மெயின்டையின் பண்ற அளவுக்கெல்லாம் நீ ஒர்த் இல்ல" என்று கூறிவிட்டு சத்தமாக சிரித்துக்கொண்டாள்.

மாறனும் சிரித்துக்கொண்டான். வாகனத்தில் "நீ ஒரு காதல் சங்கீதம்" என்ற பாடல் ஓடிக்கொண்டிருந்தது. மாறன் மற்றும் தமயந்தி நாகர்கோவிலை சென்றடைந்தார்கள்.

விஜி அனுப்பிய விலாசத்துக்கு மாறனின் வாகனம் சென்றடைந்தது. வாகனத்தைவிட்டு அவர்கள் கீழே இறங்கினார்கள். தமயந்தி குழந்தையை இடுப்பில் உட்கார வைத்துக்கொண்டாள். அந்த இடம் பசுமையாக இருந்தது.

அங்கு இருந்த வீடுகள் கடலையொட்டி அமைந்திருந்தது. சூரியன் கடலிற்குள் அஸ்தமனம் ஆகிக்கொண்டிருந்தது. சூரியன் மறைவதினால் அந்த இடமே ஒரு விதமாக மங்கிய மஞ்சள் நிறத்தில் காணப்பட்டது. மாறனைக் கண்டதும் கடல் சந்தோசப்பட்டுக்கொண்டது. கடலுக்கு மீன் பிடிக்க போனவர்கள் மீன்களை பிடித்துவிட்டு வலைகளுடன் வெளியே வந்து கொண்டிருந்தார்கள். கடல் அலையைபோல மாறனின் மனது அடித்துக்கொண்டிருந்தது. அவன் வந்துவிட்ட தகவலை விஜியிடம் கைபேசியில் அழைத்துக் கூறினான். விஜி அதை கேட்டு நிச்சயம் சந்தோசம் அடைந்திருப்பாள். விஜிக்காக அவர்கள் கடற்கரையருகே காத்திருந்தார்கள். பல வருடங்கள் கழித்து விஜியைப் பார்க்க போகும் மாறனுக்கு கால்கள் நடுங்கிக்கொண்டிருந்தது. ஒவ்வொரு மூச்சும் பெருமூச்சாக விட்டுக்கொண்டிருந்தான். தமயந்தி மாறன் நிலைமையை உணர்த்தவளாக சூர்யதேவுக்கு கடலை வேடிக்கை காட்டியபடி நின்று கொண்டிருந்தாள். சூர்யதேவ் அழுதுகொண்டே இருந்தான். தமயந்தி கைபேசியில் பொம்மை படங்களை காட்டியும் சமாதானம் ஆகவில்லை.

பல விஷயங்களை யோசித்தபடி மாறன் பதற்றமாக நின்று கொண்டிருந்தான். மங்கிய சூரிய ஒளியில் தூரத்தில் விஜி நடந்து வந்தாள். மாறன் கடலைப் பார்த்து யோசித்துக் கொண்டிருந்தவன், எதார்த்தமாக தூரத்தில் நடந்துவரும் விஜியைப் பார்த்தான். அந்த நிமிடம் மாறனின் இதயத்துடிப்பு மிக வேகமாக அடித்துக்கொண்டது. அடிவயிற்றில் எதோ செய்வதுபோல உணர்ந்தான். விஜி வெள்ளை நிற சுடிதார் அணிந்துகொண்டு தலையை மறைத்தவாறு துப்பட்டாவை சுற்றி (தட்டம் போட்டுக்கொண்டு) அணிந்துகொண்டு நடந்து வந்தாள். அவளுடைய நடையை வைத்தே வருவது விஜிதான் என்று தீர்மானித்துக்கொண்டான். விஜி அவர்கள் அருகே நடந்து வந்தாள். விஜி தூரத்தில் வரும்போதே மாறனை அடையாளம் கண்டுகொண்டு சிரித்துக்கொண்டே அவர்கள் அருகே வந்து நின்றாள். விஜியின் சிரிப்பை பார்த்து மாறன் உறைந்துபோய் நின்றுவிட்டான். மாறனுக்கும் விஜிக்கும் இடையே கடலும், சூரியனும் இருந்தது. அந்த இடம் கடல்கள் சங்கமிக்கும் இடத்தைபோல நினைவுகள் சங்கமிக்கும் இடமாகிப்போனது. விஜி அருகே வந்ததும் சூர்யதேவ் அழுகையை நிறுத்தினான். விஜியை எங்கோ பார்த்ததுபோல சூர்யதேவ் அழுகாமல் விஜியை பார்த்தான்.

விஜி தமயந்தியை பார்த்ததும் ஆச்சரியமானாள். தமயந்தி விஜியை பார்த்து சிரித்துக்கொண்டாள். அந்த இடமே கவிதையாக இருந்தது.

34. மீண்டும் ஒருமுறை

விஜி தமயந்தியை கண்களை சிமிட்டாமல் பார்த்தாள். தமயந்திக்கும் விஜியை பார்த்தபோது எதோ முன்ஜென்ம பந்தம் போல தோன்றியது. சூர்யதேவ் அழுகையை நிறுத்திவிட்டு விஜியைப் பார்த்தான். மாறனின் மூளை இயங்காமல் நின்றுகொண்டிருந்தது. அந்த இடமே சிறிது நேரம் அமைதியாக இருந்தது. அந்த இடத்தில் இருந்த அமைதிக்கு ஆகாயமும், கடலும் சாட்சியாக இருந்தது. விஜி திடீரென தமயந்தி கைகளைப் பிடித்து "வாங்க" என்று வாய் முழுவதும் சிரிப்புடன் அழைத்தாள். விஜி கை பட்டதும் தமயந்திக்கு ஒரு பாதுகாப்பான உணர்வு ஏற்பட்டது. அந்த கை இதற்கு முன் நிச்சயம் எங்கோ அவளைத் தொட்டிருக்கிறது என்று தமயந்திக்குத் தோன்றியது. தமயந்தியும் சிரித்துக்கொண்டு தலையை அசைத்தாள். விஜி தமயந்தியிடம் பேசியவுடன் மாறன் சுயநினைவிற்கு வந்தான். விஜி மாறனைப் பார்த்தாள். மாறன் சிறுவயதில் பார்த்த பார்வை, விஜிக்கு நினைவிற்கு வந்தது.

"வா மாறா" என்று அன்போடு அழைத்தாள் விஜி.

கடலில் அலைகள் வேகமாக அடித்தது. வெள்ளைக் கொக்குகள் அவர்கள் தலைக்கு மேல் வட்டம் அடித்து பறந்து கொண்டிருந்தது. அவர்கள் அனைவரும் கடற்கரை வழியாக விஜி வீட்டைநோக்கி நடந்து சென்றார்கள். சூரியன் முழுமையாக மறைந்திருந்தது. மாறனையும், தமயந்தியையும் வரவேற்பதுபோல கடல் அலை வேகமாக அடித்து சத்தம் எழுப்பிக் கொண்டிருந்தது. விஜியின் வீட்டு வாசலில் கர்த்தரின் புகைப்படம் இருந்தது. அதன் பக்கத்தில் விஜியின் மகள் உட்கார்ந்திருந்தாள். அவளுக்கு ஏழு வயது இருக்கும். முகம் விஜியை போலவே இருந்தது. விளையாட்டு பொம்மைகளை தரையில் கொட்டி விளையாடிக் கொண்டிருந்தாள். விஜியும் சிறுவயதாக இருந்தபோது இப்படித்தான் இருந்திருக்க வேண்டும் என்று மாறன் நினைத்துக்கொண்டான்.

விஜி மகளை பார்த்ததும், அவள் அருகே சென்று மாறன் அமர்ந்தான். பலமுறை அவளிடம் பேசியும் விஜி மகள் மாறினிடம் பேசவில்லை, விளையாடுவதிலேயே ஆர்வமாக இருந்தாள். விஜியும், தமயந்தியும் வீட்டிற்குள் சென்றார்கள். வீட்டிற்குள் விஜியின் சேலையை தொட்டிலாகக் கட்டி

குழந்தையைப் படுக்க வைத்தார்கள். சூர்யதேவ் முழித்தவாறு அமைதியாக படுத்திருந்தான். காலை கடலிற்குள் போன விஜியின் சித்தப்பா மாலை மீன் கொடுத்துவிட்டு போனார். அந்த மீனை விஜி, தமயந்தி இருவரும் சேர்ந்து சமைத்தார்கள். தமயந்தியை விஜிக்கு மிகவும் பிடித்திருந்தது. மாறன் கொடுத்து வைத்தவன் என்று நினைத்துக்கொண்டாள்.

சமையல் நடந்து முடிந்தது. விஜியின் அம்மாவும் உணவு பந்தியில் கலந்து கொண்டாள். மாறன், தமயந்திக்கு விஜி பரிமாறினாள். விஜி பரிமாறியபோது அவள் முகம் மாறனுக்கு அழகாக தெரிந்தது. மாறன் இலையில் முதலில் மீன் ஊறுகாயை வைத்தாள் விஜி. ஊறுகாயைப் பார்த்துவிட்டு விஜியைப் பார்த்து சிரித்துக்கொண்டான் மாறன். ஊறுகாயைப் பார்த்து ஏன் மாறன் சிரிக்கிறான் என்று விளங்காதவளாய் இலையில் தண்ணீர் தெளித்துக்கொண்டாள் தமயந்தி. இலையில் இருந்த மீன்களை ரசித்து சாப்பிட்டான் மாறன். மாறன் சாப்பிட்டுக் கொண்டிருந்தபோது விஜியின் மகள் மாறன் அருகே வந்து அமர்ந்து "ஆ..." என்று வாயைத் திறந்தாள். மாறன் அவன் கையில் இருந்த மீனில் உள்ள முள்ளை அகற்றிவிட்டு அவளுக்கு ஊட்டிவிட்டான். விஜியின் மகள் தலையை ஆட்டிக்கொண்டே சாப்பிட்டாள். அந்த நிகழ்வை விஜி ரசித்துப் பார்த்தாள். அன்று விஜி வீட்டில் நடந்த சாப்பாட்டின் வாசம், அந்த கடற்கரை முழுவதும் பரவி இருந்தது. வயிறு நிறைய சாப்பிட்டுவிட்டு எழுந்தார்கள். சூரியன் நன்றாக மறைந்து, நிலவு அங்கு நடக்கும் விஷயங்களை வேடிக்கைப் பார்க்க வந்திருந்தது.

இரவு பல விஷயங்களை மாறன், தமயந்தி, விஜி மூவரும் வீட்டின் மாடியில் நின்று பேசிக்கொண்டிருந்தார்கள். விஜிக்கு வெளிநாட்டில் கிடைத்த வேலை குறித்து தமயந்தியிடம் விலக்கிக் கொண்டிருந்தாள். மாறன் மாடியில் இருந்து கடலை வேடிக்கைப் பார்த்தவாறு நின்று கொண்டிருந்தான். அப்போது கடல் மிகவும் இருட்டாக தெரிந்தது. தூரத்தில் இருந்த நிலவை மாறன் பார்த்துக் கொண்டிருந்தான். மாறன் பார்த்ததில் வெட்கப்பட்டுக்கொண்டு நிலா மேக கூட்டத்திற்குள் மறைந்து கொண்டது. தமயந்தி விஜியிடம் பேசிவிட்டு கீழே உறங்க போவதாக கூறினாள். மாறனும் தமயந்தியோடு கீழே இறங்கப் போவதற்கு தயாரானான்.

"மாறா, நான் கீழே போறேன். நீங்க பேசிட்டு வாங்க" என்று சிரித்துக்கொண்டே சொன்னாள் தமயந்தி.

"இல்லமா, நானும் வரேன் தூங்கலாம்" என்றான் மாறன்.

"ஏய், ரொம்ப பண்ணாதடா பேசிட்டு வா. நீ வந்தா சூர்யா தூங்கமாட்டான், அழுவான். நான் கீழ போறேன், நீ அப்புறம் வா" என்று கோபம் கலந்த புன்னகையோடு பேசிவிட்டு கீழே போனாள் தமயந்தி. சூர்யதேவ் என்ற பெயரை சூர்யா என்று தமயந்தி சுருக்கமாக அழைப்பதுண்டு.

விஜி அவர்கள் போட்டுக்கொள்ளும் செல்ல சண்டைகளை பார்த்து ரசித்துக் கொண்டிருந்தாள். 'நிலா மனதில் என்ன நினைத்துக்கொண்டதோ தெரியவில்லை!!'

தமயந்தி கீழே இறங்கி சென்றுவிட்டாள். விஜி, மாறன் இருவரோடு மாடியில் நிலவும் இருந்தது. காற்று இதமாக வீசிக்கொண்டிருந்தது. விஜியின் முடி காற்றில் பறந்து கொண்டிருந்தது. மாறன் மனதிலும் விஜி மனதிலும் பழைய நினைவுகள் ஓடிக்கொண்டிருந்தது. இதயம் நிறைவாக உணர்ந்திருந்தான் மாறன். நெல் மணி விழுந்தால் சத்தம் கேட்கும் அளவிற்கு அந்த இடம் முழுவதும் அமைதி சூழ்ந்திருந்தது. விஜி பேச்சைத் தொடங்கினாள்.

"எப்டி மாறா.. போது லைப்" என்று தொண்டை அடைத்தவாறு பேசினாள் விஜி.

"எல்லாம் நல்லா போது. எல்லாமே கிடைச்ச மாதிரி இருக்கு, ரொம்ப தூரம் கடந்து வந்துட்டேன்" என்றான் மாறன்.

விஜி மெதுவாக சிரித்துக்கொண்டாள்.

"எப்படிடா தமயந்திய உனக்கு லவ் பண்ணனும்னு தோணுச்சு?" என்று கேட்டாள் விஜி.

"அத யாராலயும் டிஸ்க்ரெய்ப் பண்ண முடியாது விஜி. அதும் தமயந்தி விஷயத்துல என்ன சொல்றதுன்னே தெரியல. நான் அவளை தொரத்தித் தொரத்தி காதலிக்கல, லவ் பண்றேன்னு சொல்லி டார்ச்சர்லாம் பண்ணல, ஆனா அது நடந்துச்சு. அவளை எனக்கு பிடிக்கும்ன்ற விஷயத்தை மட்டும் அவகிட்ட

சொல்லிட்டு அதுக்கப்புறம் நான் டிஸ்டர்ப் பண்ணல, அப்புறம் அவளா வந்து ஒரு நாள் கல்யாணம் பண்ணிக்கலாம்னு சொன்னா... ரொம்ப நல்லவ, போல்ட், சோசலிஸ்ட், லிப்ரலிஸ்ட், பெமினிஸ்ட் இப்டி சொல்லிட்டே போலாம். எல்லாத்தையும் தாண்டி நல்ல பொண்ணு.

"ஆமா மாறா, தமயந்தி ரொம்ப குடுத்து வச்ச பொண்ணுதான்டா. ரொம்ப அழகா இருக்கா. உனக்கு ஏத்த பொண்ணுடா அவ, பத்ரமா பாத்துக்கோ" என்றாள் விஜி.

தமயந்தி அழகாக இருக்கிறாள் என்று விஜி சொன்னதை பார்த்து மாறன் சிரித்துக்கொண்டான். ஒரு கவிதையே இன்னொரு கவிதையை எழுதுவதைபோல் இருந்தது. நிலவுக்கும் அந்த வர்ணனைப் பிடித்திருந்தது.

"அப்பறம் நீ என்ன பிளான் வச்சுருக்க?" என்றான் மாறன்.

"அதான் சொன்னேன்ல சிங்கப்பூர். இன்னும் டூ வீக்ஸ்ல கிளம்பிடுவேன்" என்றாள் விஜி.

"ட்ரீம் கம் ட்ரு மொமெண்ட்டோ?" என்று சொல்லி சிரித்துக்கொண்டான் மாறன்.

விஜியும் சிரித்துக்கொண்டாள். அந்த சிரிப்பில் சந்தோசம் குறைந்தே இருந்தது.

"அப்டிலாம் இல்ல மாறா... உங்கிட்ட சொன்னேன்தான் பாரின் போறது என்னோட கனவு, பட் இப்போ என்னவோ நம்ம ஊரவிட்டு போக ஒரு மாதிரி இருக்கு" என்றாள்.

"விடு எல்லாம் பழகிடும்" என்று ஆறுதல் வார்த்தை கூறினான் மாறன்.

"நீ சென்னைல எந்த ஏரியா?" என்று கேட்டாள் விஜி.

"டீ.நகர்" என்றான் மாறன்.

"நானும் அங்க மாம்பலத்துலதான் ஹாஸ்டெல்ல தங்கி இருந்து வேல பார்த்தேன். இப்போதான் ஒன் வீக் முன்னாலதான் இங்க வந்தேன்."

மாறனுக்கு ஆச்சரியமாக இருந்தது.

"அப்புறம், அன்னைக்கு நீ பேஸ்புக்ல மெசேஜ் பண்ணப்போ நாகர்கோவில்ல ஒர்க் பண்றேன்னு சொன்ன" என்றான்.

"ஆமாடா, உன்கிட்ட பேசுன அன்னைக்கு காலைலதான் கெளம்பி இங்க வந்தேன். ஊருக்குபோக எல்லாம் ரெடி பண்ண வேண்டிய இருந்துச்சுல அதான். நானே தனி ஆளா அலைஞ்சு எல்லாம் ரெடி பண்ணிட்டு இருக்கேன்டா" என்று தெளிவுபடுத்தினாள்.

"ஹே, பணம் ஏதாச்சு வேணுமா" என்று தயக்கத்தோடு கேட்டான் மாறன்.

"அடடா, வேணாம்டா பெரிய மனுஷா. நீ வந்ததே போதும். பணம்லா ரெடி ஆயிடுச்சு. நோ இஸ்யூஸ்டா" என்றாள் விஜி.

மாறனுன் மனதில் கேள்விகள் தீர்ந்தபாடில்லை. அடுத்த கேள்வியை கேட்டான்,

"சரி, எதுக்கு இங்க ஹாஸ்பிடல்ல வேலைக்கு சேந்த. அதான் இன்னும் கொஞ்ச நாள்ல ஊருக்கு போய்டுவேல?"

"டேய் லூசு, நான் வேலைக்குலாம் சேரல. இங்க இருக்க கவர்மண்ட் ஹாஸ்பிடல் டாக்டர் எங்க சொந்தகாராங்கதான். அதான் பகல்ல வீட்டு வேலையல்லாம் முடிச்சுட்டு நைட்ல மட்டும் அவுங்களுக்கு ஒத்தாசையா வேல பாத்தேன். அன்னைக்கு நைட்தான் ஹாஸ்பிடல்க்கு அந்த டாக்டரை பாக்க போனேன். அப்போ தான் நீ மெசேஜ் பண்ண சோ ஹாஸ்பிடல்ல ஒர்க் பண்றேன்னு சுருக்கமா சொன்னேன். நீ இப்டி கூப்பிட்டதும் வந்து நின்னு இவ்வளவு கேள்வி கேப்பன்னு யாருக்கு தெரியும்" என்று சத்தமாக மாறனை நக்கல் செய்து சிரித்தாள்.

மாறனும் சிரித்துக்கொண்டான். அவள் கிண்டல் அடிப்பது மாறனுக்கு புதிதல்ல. பல வருடங்கள் கழித்து அவள் பேசிய கிண்டல் வார்த்தைகளை ரசித்துக்கொண்டான்.

"ஓஹ் இருக்கட்டும், இருக்கட்டும்...சோ.. இங்க இருக்கவரைக்கும் அடுத்தவங்களுக்கு உதவணும்னு நினச்ச

பாத்தியா அந்த மனசுதான் விஜி கடவுள்" என்று சினிமா வசனத்தை சிரித்துக்கொண்டே பேசினான் மாறன்.

விஜி படங்கள் அவ்வளவாக பார்த்து பழக்கம் இல்லாததால், மாறன் சொல்ல வந்த வசனத்தை அவள் புரிந்து கொள்ளவில்லை. ஆனால் மாறன் சொன்னது அவளுக்குப் பிடித்திருந்தது.

"அப்டிலாம் இல்ல, சென்னைல புல்லா நைட் ஷிப்ட்தான் பாத்தேன். திடீர்னு இங்க வந்ததும் நைட்ல தூக்கம் வராது மாறா, பாப்பாவும் அம்மாவும் நல்லா தூங்கிருவாங்க. நான் மட்டும்தான் முழிச்சுருக்கனும். ஹாஸ்பிடலுக்கு போய்ட்டா வேல பாத்த மாதிரியும் இருக்கும் அவுங்களுக்கு ஹெல்ப் பண்ண மாதிரியும் இருக்கும். அதான், ஏதோ இந்தியால இருக்கவரைக்கும் நம்மளால முடிஞ்ச உதவிய பண்ணலாமே. அதுமட்டும் இல்லாம இங்க இருக்க டாக்டர்தான் சிங்கப்பூர்ல ஆரோன ரெபர் பண்ணிவிட்டாங்க, என்னையும் அவுங்க தான் ரெபர் பண்ணிருக்காங்க. சோ.. ஒரு உதவிக்கு உதவிதான் மாறா" என்று தோள்பட்டைகளை குலுக்கியவாறு சொல்லிக்கொண்டாள்.

விஜி பேசுவது மாறனுக்கு சின்ன குழந்தை பேசுவதைபோல் இருந்தது. மாறனுக்கு திடீரென நியாபகம் வந்ததுபோல பேசினான்,

"விஜி, பாப்பா பேரு என்ன? " என்று கேட்டான்.

"அட பாவி வீட்டுக்கு வந்து எவளோ நேரம் ஆச்சு இப்போ கேக்குற, இதுல என் மக உன்ன ஊட்டிவேற விடசொல்லி சாப்பிட்டா" என்று செல்லமாக கோபித்தாள்.

"நீ எனக்கு அன்னைக்கு மெசேஜ் பண்ணப்போவே பாப்பா பேரு என்னனு கேட்டேன் நீதான் சொல்லவே இல்ல. இன்னைக்கும் நான் வீட்டுக்குள்ள வந்தப்போவே பாப்பாட்ட கேட்டேன் அவ விளையாட்டு மும்மரத்துல என்கிட்ட பேசல. சாப்பிடும்போது கேட்ருக்கலாம், பட் மீன் ஊறுகா ருசியில மறந்துட்டேன்" என்று அசட்டுத்தனமாக சிரித்துக்கொண்டான்.

"நீ ஏன்ப்பா மறக்க மாட்ட, அதெல்லாம் மறந்துருவ?" என்று இரட்டை அர்த்தத்துடன் நக்கலாக பேசினாள்.

"மறந்ததாலதான இப்போ இங்க வந்து நிக்கிறோம்?" என்று மதுரை பாஷையில் ராகத்தோடு பழைய மாறனாக பேசினான்.

மாறன் பேசியதை பார்த்து விஜிக்கு சிரிப்பு வந்தது. சத்தமாக சிரித்தாள். நடுராத்திரியில் விஜி மாடியில் சிரித்துக்கொண்டிருப்பது அக்கம் பக்கத்தினர்களுக்கு கேட்டிருக்க வேண்டும்.

"குட்டி பையன்டா நீ" என்று கூறிக்கொண்டாள் விஜி.

"சரி நான் குட்டி பையன்தான் பாப்பா பேரு என்ன சொல்லு" என்று மீண்டும் கேட்டான் மாறன்.

"எங்க நீயே கண்டுபிடி பாக்கலாம்" என்றாள்.

"நீ என்ன என்னோட பேரையா மாத்தி 'மாறி'னு வச்சுருக்க போற நீயே சொல்லு" என்று தமாஷாக பேசினான்.

"உன் பேரலாம் மாத்தி வைக்கல தான்.. சரி நானே சொல்லிட்றேன். பாப்பா பேரு ராணி சிண்ட்ரல்லா" என்றாள்.

ராணி சிண்ட்ரெல்லா என்ற பெயரை கேட்டதும் அவன் உடல் சிலிர்த்துப் போனது. விஜியை பார்த்து சிரித்துக்கொண்டான். பின் சிறிது நேரம் பேசிவிட்டு கீழே போனார்கள். நிலா அவர்கள் பேசியதை எல்லாம் கேட்டுக் கொண்டது. அந்த இரவு விஜி கூறிய பல விஷயங்கள் மாறனை ஆச்சரியபடுத்தி இருந்தது. அதிலும் விஜி சென்னையில் நடந்த சம்பவத்தை சொன்னதும் மாறன் கண்களில் கண்ணீர் கொட்டித்தீர்த்தது. பல வருடங்கங்கள் கழித்து அன்று இரவு அவன் நிறைய அழுதிருந்தான்.

35. யாதுமாகினாள் தமயந்தி

காலை விடியத் துவங்கியது. சூரியன் மெதுவாக கடலுக்குள் இருந்து வெளியே வந்தது. மீனவர்கள் மீன் பிடிப்பதற்காக படகுகளை எடுத்துக்கொண்டு கடலுக்குள் சென்றார்கள். மாறன் விஜியிடம் இருந்து விடைபெறும் நேரம் வந்தது. மாறனும் தமயந்தியும் அங்கேயே குளித்துவிட்டு, காலை உணவை முடித்துவிட்டு கிளம்பினார்கள். விஜி ஒரு குப்பி நிறைய மீன் ஊறுகாயை மாறனுக்கு கொடுத்துவிட்டாள். விஜியின் அம்மா, பாப்பாவிடம் சொல்லிவிட்டு விடைபெற்று கொண்டார்கள். விஜி அவர்களை வழியனுப்ப வாகனம் வரை வந்தாள். தமயந்திக்கு விஜி நிறைய அறிவுரைகளை வழங்கி இருந்தாள். அது தமயந்திக்கும் பிடித்திருந்தது. வாகனம் அருகே வைத்து சூர்யதேவை தூக்கி முத்தம் கொடுத்து கொஞ்சிக்கொண்டாள் விஜி. மாறனுக்கு விஜியைவிட்டு செல்வது அப்போதும் கூட கஷ்டமாகவே இருந்தது. காலம் அனுமதிக்காது என்று தெரிந்தும் அந்த கடற்கரையை ஒட்டி இருந்த அவள் வீட்டில் ஏன் எல்லாரும் ஒன்றாக இருந்துவிடக்கூடாது என்று எண்ணிக்கொண்டான். பல எண்ணங்களோடு வாகனத்தைக் கிளப்பினான் மாறன். மாறனின் கண்கள் முழுவதும் கண்ணீர் தேங்கியது. பெருமூச்சு விட்டுக் கொண்டான். விஜிக்கும் நெகிழ்ச்சியாக இருந்தது. அவள் வெளியே காட்டிக்கொள்ளவில்லை. கனத்த இதயத்தோடு விஜி பேசினாள்,

"வீட்டுக்கு போய்ட்டு கால் பண்ணுங்க, பாத்து போங்க" என்றாள்.

தமயந்தியும், மாறனும் சரி என்றவாறு தலையை ஆட்டிக்கொண்டார்கள். பல நினைவுகளை சுமந்தவாறு மாறன் வாகனத்தை கிளப்பி சென்றான். வாகனத்தில் இருந்த கண்ணாடியில் விஜி முகம் தெருமுனை திரும்பும் வரை தெரிந்து மறைந்தது. நேற்று இரவு விஜி சொல்லிய விஷயத்தை நினைத்து மாறன் மனம் சமாதானம் ஆகாமல் அதையே நினைத்துக்கொண்டிருந்தது. வாகனம் நெடுஞ்சாலையில் சென்று கொண்டிருந்தது. மாறனின் மனநிலையை தமயந்தி புரிந்து வைத்திருந்தாள். நெடுஞ்சாலையில் வலதுபுறம் கடல் அவர்களைத் தொடர்ந்து வந்தது. மாறன் அமைதியாக வாகனத்தை இயக்கிக்கொண்டு வந்தான். தமயந்தி சிறிது தூரத்தில் சென்று கொண்டிருந்தபோதே வாகனத்தை நிறுத்த

சொன்னாள். மாறனும் வாகனத்தை நிறுத்தினான். அது ஆள் இல்லாத கடற்கரை. கண்ணிற்கு எட்டிய தூரம் வரை தண்ணீர் கொட்டிக்கிடந்தது. தமயந்தி குழந்தையை தூக்கிக்கொண்டு கடலை பார்த்தவாறு நின்று கொண்டிருந்தாள். மாறனும் அமைதியாக நின்றான். தமயந்தி முதலில் பேசத் துவங்கினாள்.

"மாறா, ஆர் யு ஓகே?" என்றாள்.

மாறனுக்கு தமயந்தி கேட்டதை பார்த்து கஷ்டமாக இருந்தது.

"அப்டிலாம் ஒன்னும் இல்ல, நான் நல்லாதான் இருக்கேன். போலாம்" என்றான். அவன் கண்கள் பொய் சொல்கிறது என்பதை தமயந்தி கண்டு கொண்டாள்.

"இல்ல, மாறா இது எல்லாரோட லைப்ளையும் நடக்குறது தான். நீ கொஞ்சம் ரிலாக்ஸ் ஆகிக்கோ போலாம், ஒன்னும் அவசரம் இல்ல. இந்த இடம் பாரு எவளோ அழகா இருக்குனு" என்று கூறினாள் தமயந்தி.

தமயந்தி பேச மாறனுக்கு கண்களில் இருந்து கண்ணீர் வந்தது. தமயந்தி அவன் அருகே வந்து குழந்தையை மாறனிடம் கொடுத்துவிட்டு, அவன் கைகளை அவள் மார்போடு அணைத்து வைத்து, தோளில் சாய்ந்தவாறு நின்றுகொண்டாள். சூர்யதேவ் மாறனின் வலது கையில் உட்கார்ந்து கொண்டு கண்களை உருட்டி உருட்டி பார்த்துக்கொண்டு தலையை மாறன் தோளில் சாய்த்துப் படுத்திருந்தான். ஒரு தோளில் தமயந்தியும், மறு தோளில் சூர்யதேவும், அவர்களுக்கு எதிரே கடலும் பார்ப்பதற்கே ரம்மியமாக இருந்தது. வானில் இருந்து விழும் சூரியக்கதிர்கள் அவர்களை ஆசிர்வதிப்பதுபோல் இருந்தது.

"மாறா. அழாதடா நான் இருக்கேன்" என்றாள் தமயந்தி.

மாறன் தமயந்தியின் நெற்றியில் முத்தம் கொடுத்தான். அந்த முத்தம் தமயந்திக்கு அதிகம் தேவைப்பட்டது .

"மாறா, என்னமோ தெரிலடா விஜி பக்கத்துல இருந்தப்போ நிஜமா ரொம்ப நல்லா இருந்துச்சு. நிறைய விஷயங்கள் நானும் அவுங்களும் பேசுனோம். அவுங்கட்ட எதோ இருக்குடா, நீ சொன்னேல்ல அது உண்மை தான் அவுங்க

வேறடா" தொடர்ந்து பேசினாள் தமயந்தி. "பாத்ததும் நான் யார்கிட்டயும் இவளோ நெருக்கமானதில்ல, ஆனா அவுங்ககிட்ட அந்த நெருக்கம் எனக்கு கெடச்சுச்சு, அவுங்க பர்ஸ்ட் டைம் என்ன தொட்டாங்கள்ள, அப்போ என்னமோ என் உடம்புக்குள்ள பண்ணுச்சுடா. எதோ பல வருசமா அவுங்கள தெரியும்ன்ற மாதிரி ஒரு பீல். ஐ டோன்ட் ஹாவ் வேர்ட்ஸ் மாறா" என்று மிகவும் உணர்ச்சி வசப்பட்டு பேசினாள்.

"ஆமா, தமயந்தி உனக்கு விஜிய முன்னவே தெரியும். ஏன் சூர்யாக்கும் விஜிய தெரியும்" என்றான் மாறன்.

மாறன் சொன்னதை கேட்டு தமயந்தி அதிர்ச்சியானாள். எப்படி விஜியை தனக்கு தெரியும் என்று தெரிந்து கொள்ளும் ஆர்வம் தமயந்திக்குத் தொற்றி கொண்டது. நேற்று இரவு விஜி மாறனிடம் பேசியதை தமயந்தியிடம் கூறினான் மாறன்.

விஜி மாறனிடம் சென்னையில் வேலை செய்து கொண்டிருந்ததாக கூறினாள். அப்போதுதான் விஜிக்கு சிங்கப்பூரில் நர்ஸ் வேலை கிடைத்த விஷயத்தை ஆரோன் அவளிடம் கைபேசியில் அழைத்து சொல்லி இருந்தான். ஒரு மாதத்திற்குள் வந்து சேர்ந்துகொள்ள வேண்டும் என்றும் கூறி இருந்தான். அதனால் அன்று காலை சென்னையில் தான் வேலை பார்த்த அப்பலோ மருத்துவமனையில் ராஜினாமா கடிதத்தை கொடுத்துவிட்டு கடைசி நாள் இரவு பணியில் ஈடுபட்டிருந்தாள் விஜி. அப்போது மாலை ஒரு ஆறு மணி அளவில் ஆம்புலன்ஸ் சைரன் அலற வந்து நின்றது. ஆம்புலன்ஸில் இருந்து ஒரு நிறைமாத கற்பிணியை தலை முழுவதும் ரத்தத்துடன் தூக்கிக்கொண்டு வந்தார்கள். அவள் சுவாசிப்பதற்கு கஷ்டப்பட்டுக் கொண்டிருந்தாள். அவள் தலையில் இருந்த ரத்தம் தள்ளு வண்டியில் இருந்த தலையணை முழுவதையும் நனைத்திருந்தது. அவள் வயிற்றில் இருந்த குழந்தை திரும்பிக்கொண்டது.

அன்று தீவிர சிகிச்சை பிரிவில் அவளுக்கு தீவிரமாக சிகிச்சை அளித்தார்கள் மருத்துவர்கள். கொஞ்ச நேரத்தில் அவள் பேச்சு மூச்சற்று போனாள். அங்கு இருந்தவர்கள் அனைவரும் சோகத்தில் ஆழ்ந்து போனார்கள். தாய், பிள்ளை இருவரும் உடலில் அசைவின்றி கிடந்தார்கள். மருத்துவர்கள் கிட்டதட்ட தாய், பிள்ளை இருவரும் இறந்து

விடுவார்கள் என்று நினைத்தனர். அன்று சிகிச்சை பிரிவில் இருந்த அனைவரும் அவர்கள் பிழைத்துவிட வேண்டும் என்று மனதிற்குள் வேண்டிக்கொண்டார்கள். நேரம் ஆக ஆக அவள் உடம்பில் எந்த ஒரு அசைவும் இல்லை. மின் திரையில் மேலும் கீழும் இறங்கிக்கொண்டிருந்த கோடு நேராக செல்ல ஆரம்பித்தது. சிகிச்சை பிரிவில் இருந்த அனைவரும் அதிர்ந்து போனார்கள். பெரிய மருத்துவர் இறந்துவிட்டதாக கூற சொல்லிவிட்டார்.

இந்த விசயத்தை மாறனிடம் சொல்லிக்கொண்டிருக்கும் போதே விஜி கண்களில் இருந்து கண்ணீர் கொட்டியது. மாறனுக்கும் கண்கள் கலங்கி குளமானது. விஜி தொடர்ந்து பேசினாள்.

"அப்புறம் அங்க இருந்தவங்களுக்கு என்ன பண்றதுனே தெரியல. நான் மொத்தமா ஓடஞ்சு போய்ட்டேன். ஆனா அன்னைக்கு நடந்தது எதோ அதிசயம் மாதிரி இருந்துச்சு. தாயும் பிள்ளையும் இறந்துட்டாங்கனு அங்க இருந்த நர்ஸ் அந்த பொண்ணு கூட வந்த அம்மாகிட்ட சொல்ல போய்ட்டாங்க. அப்போதான் நான் என்ன பண்றேன்னு எனக்கே தெரியாம, பெட்'ல படுத்திருந்த அந்த பொண்ணோட நெத்தில கைய வச்சேன். நா கைய வச்சதும் அந்த பொண்ணுக்கு திடீருனு முழிப்பு வந்துருச்சு, உடல்ல அசைவுகள் ஏற்பட்டுச்சு. ஒரு பெரிய மூச்சு விட்டா. எதோ அந்த இடத்துல நடந்துச்சு... நிஜமா அது அதிசயம் தான். அத பாத்த டூட்டி டாக்டர்ஸ்லாம் மிரண்டு போய்ட்டாங்க. அதுக்கு அப்புறம் அந்த பொண்ணுக்கு பிரசவம் பாத்து அந்த பொண்ணையும், அவளோட குழந்தையையும் சேத்து காப்பாத்துனோம்"

விஜி பேசிக்கொண்டிருக்கும்போதே தொண்டை அடைத்தது.

"போராட்டத்ததாண்டி இந்த உலகத்துக்குள்ள வந்த அந்த குழந்தை என்னோட கைல உடம்பு புல்லா ரத்ததோட அழுதுச்சு, இன்னும் அது என் கண்ணுக்குள்ளயே இருக்கு. அப்போ நான் நெனச்சுபாக்கல மாறா அந்த பொண்ணுதான் தமயந்தியா இருப்பான்னு" என்று கூறினாள்.

விஜி கூறியதைக் கேட்ட மாறனுக்கு அவன் கைகளில் இருந்த ரோமங்கள் எழுந்து நின்றது. தன்னை அறியாமல் அழுகை பீறிக்கொண்டு வந்தது. தமயந்திக்கு விஜிதான் பிரசவம்

பாத்திருக்கிறாள் என்பதை அறிந்த மாறனின் மனம் அதிர்ந்து போனது. விஜியைக் கட்டி அணைத்துக்கொண்டான். அன்று பிரசவ வலியில் தமயந்தி அனுபவித்த வேதனையை மாறனால் உணர்ந்திருக்க முடிந்தது. விஜியுடைய கண்ணீர் துளிகள் மாறன் தோள்களில் வழிந்தோடியது. வானமும் கலங்கி இருந்தது. மேகத்தில் இருந்து தூரல்கள் விழத் துவங்கியது. அந்த இடமே அற்புதத்தால் நிறைந்திருந்தது.

விஜி மாறனிடம் கூறியதை தமயந்தியிடம் சொல்லி முடித்தான். தமயந்திக்கும் கண்கள் கலங்கியது. அவர்கள் நின்ற கடற்கரை சில நிமிடங்கள் அலையற்று நிசப்தமாக இருந்தது. ஒரு நீண்ட அமைதிக்குபின் மாறன் பேச ஆரம்பித்தான்,

"வாழ்க்க ரொம்ப சின்னது தமயந்தி. நம்மளோட வாழ்க்கைல யாரும் காரணம் இல்லாம வரமாட்டாங்க. அன்பு, சோகம், வெறுப்பு, பிரிவு, இழப்பு எல்லாமே இயற்கைதான். 'எவ்ரிதிங் இஸ் பார்ட் ஆஃப் லைப்'. வாழனும் அதுக்கு மட்டும்தான் வாழ்க்கை. மத்தத இந்த பூமி பாத்துக்கும்" என்றான் மாறன்.

மாறன் பேசிய வார்த்தைகளை தமயந்தி கேட்டுக்கொண்டாள். விஜி தமயந்தியின் கண்களுக்கு கடவுளாக தெரிந்திருக்க வேண்டும். தமயந்தியும், மாறனும், சூர்யதேவும் ஆசிர்வதிக்கப்பட்டவர்களாக உணர்ந்திருந்தார்கள். அவர்கள் கடலைநோக்கி பார்த்தவாறு இன்னும் பல விஷயங்களை பேசிக்கொண்டிருந்தார்கள். வானத்தில் இருந்த சூரியன் மேகத்திற்குள் சென்று மறைந்தது. வெயில் குறைந்து கடற்கரையில் மிதமான வெளிச்சம் இருந்தது. வானத்தில் வெள்ளை நிற கொக்குகள் வட்டம் அடித்து பறந்து கொண்டிருந்தது. அந்த வெள்ளை நிற பறவைகளுக்கு இடையே பேச்சியம்மாள் கிழவி, செல்லத்தாயி கிழவி, PT வாத்தியார் மூவரும் வெள்ளை நிற இறக்கைகளுடன் பறந்து கொண்டிருந்தார்கள். வானத்தில் பறந்து கொண்டிருந்தபடியே மன நிறைவுடன் அவர்களை ஆசிர்வதித்தார்கள். அந்த கடற்கரையில் மட்டும் வானம் இருட்டி மழை சாரல் விழுந்து கொண்டிருந்தது. தமயந்தி மாறனின் எல்லாமுமாய் இருந்தாள். அவன் வாழ்க்கை முழுவதும் நிறைந்திருந்தாள்... நிறைந்திருப்பாள்!!

நூலாசிரியர் தொடர்புக்கு :

- naveenvj006@gmail.com
- https://www.facebook.com/naveen.vj.94
- https://www.instagram.com/imnaveenvj/
- https://twitter.com/Vjlmnaveen?s=08

www.ingramcontent.com/pod-product-compliance
Lightning Source LLC
LaVergne TN
LVHW040334171026
850499LV00046B/2080
* 9 7 8 9 3 5 5 3 3 0 5 4 3 *